मी कुमार

विजय तेंडुलकर यांची नाटके

नाटक

अशी पाखरे येती
एक हट्टी मुलगी
कमला
कन्यादान
कावळ्यांची शाळा*
कुत्रे
गिधाडे
गृहस्थ*
घरटे अमुचे छान
घाशीराम कोतवाल
चिमणीचं घरं होतं मेणाचं
चिरंजीव सौभाग्यकांक्षिणी
झाला अनंत हनुमंत
त्याची पाचवी***
दंबद्वीपचा मुकाबला
नियतीच्या बैलाला**
पाहिजे जातीचे
फूटपायरीचा सम्राट
बेबी
भल्याकाका
भाऊ मुरारराव
मधल्या भिंती
माणूस नावाचे बेट
मित्राची गोष्ट
मी जिंकलो! मी हरलो!
विठ्ठला
शांतता! कोर्ट चालू आहे
श्रीमंत
सखाराम बाइंडर
सफर**
सरी ग सरी

एकांकिका

समग्र एकांकिका : भाग १
समग्र एकांकिका : भाग २
समग्र एकांकिका : भाग ३

बालवाङ्मय

इथे बाळं मिळतात
चांभारचौकशीचे नाटक
चिमणा बांधतो बंगला
पाटलाच्या पोरीचं लगीन
बाबा हरवले आहेत
बॉबीची गोष्ट
राजाराणीला घाम हवा

अनुवादित

आधे अधुरे
(मूळ लेखक : मोहन राकेश)
तुघलक
(मूळ लेखक : गिरीश कार्नाड)
मी कुमार
(मूळ लेखक : मधु राय)
लिंकन यांचे अखेरचे दिवस
(मूळ लेखक : मार्क फॉन डॉरन)
लोभ नसावा ही विनंती
(मूळ लेखक : जॉन पॅट्रिक)
वासनाचक्र
(मूळ लेखक : टेनेसी विल्यम्स)

---

* 'गृहस्थ'चे पुनर्लेखन : 'कावळ्यांची शाळा'
** ध्वनिफितीच्या रूपानेही प्रकाशित
*** मूळ इंग्रजी : His Fifth Woman (अनु. चंद्रशेखर फणसळकर)

मी कुमार

मूळ गुजराती लेखक

मधु राय

मराठी अनुवाद

विजय तेंडुलकर

पॉप्युलर प्रकाशन, मुंबई

मी कुमार
(म-१२७८)
पॉप्युलर प्रकाशन
ISBN 978-81-7185-265-9

MEE KUMAR
(Marathi : Play)
Madhu Ray
Tr. Vijay Tendulkar

पहिली आवृत्ती : २०१६/१९३७

प्रकाशक
हर्ष भटकळ
पॉप्युलर प्रकाशन प्रा. लि.
३०१, महालक्ष्मी चेंबर्स
२२, भुलाभाई देसाई रोड
मुंबई ४०००२६

अक्षरजुळणी
ऑलरीच एंटरप्रायझेस
माहीम, मुंबई ४०००१६

मुद्रक
रेप्रो नॉलेजकास्ट लि.
बिल्डिंग नं. ए-१
जीइबीआय पार्क
सोनाळे, ठाणे ४२१३०२

पात्रे

* अमर व्यास
* केतन व्यास
* अभिलाषा कटारिया
* सुधा व्यास (अमरची पत्नी)
* हर्षद व्यास
* निशा व्यास (हर्षदची पत्नी)
* बिपिन
* कुमार

माझ्यातल्या दिग्दर्शकाला खुणावणारा अनुवाद

विजय केंकरे

विजय तेंडुलकर ह्या नाटककाराविषयी पुष्कळ लिहिलं गेलंय आणि लिहिलं जाणार आहे. नाटक हे माध्यम पूर्णपणे कळलेला मराठीतील समर्थ नाटककार. छोट्या छोट्या संवादांमधून मोठा आशय मांडण्यात माहीर असलेला नाटककार. नाटकातील संवाद हा परफॉर्म करण्यासाठीच लिहिलेला असतो याची पूर्ण जाण असलेला, मराठी रंगभूमीच्या इतिहासातील अत्यंत महत्त्वाचा सर्जनशील नाटककार, असं माझं व्यक्तिगत मत आहे. अनेकजण माझ्या ह्या मताशी सहमत होतील. तेंडुलकरांनी लिहिलेली बहुतेक नाटकं स्वतंत्र आहेत. त्यांनी काही नाटकं अनुवादितसुद्धा केली आहेत. अर्थात संख्येने ती अगदीच नगण्य आहेत. टेनेसी विल्यम्सच्या 'स्ट्रीट कार नेम्ड डिझायर'चा 'वासनाचक्र' नावाने अनुवाद, गिरीश कार्नाडांच्या 'तुघलक'चा मराठी अनुवाद, मोहन राकेश यांच्या 'आधे अधुरे'चा 'मुखवटे' नावाने मराठी अनुवाद आणि 'कुमारनी आगाशी' या मधु राय यांच्या गुजराती नाटकाचा 'मी कुमार' हा मराठी अनुवाद. तेंडुलकरांचं हे नाटक पुष्कळजणांच्या विस्मृतीत गेलं आहे. 'मी कुमार' विस्मृतीत जाण्याचं महत्त्वाचं कारण म्हणजे, इंडियन नॅशनल थिएटरने सादर केलेल्या ह्या नाटकाचे, १९८०च्या दशकाच्या सुरुवातीला खूपच कमी म्हणजे, माझ्या आठवणीप्रमाणे पाचच प्रयोग झाले होते. मी त्यातला एक प्रयोग मुंबई मराठी साहित्य संघात पाहिला होता. शिवाय त्यानंतर कुणीही त्याची पुनर्निर्मिती केली नाही, हे देखील नाटक विस्मृतीत जाण्याचे आणखी एक कारण असावे.

विजय तेंडुलकरांनी ज्या ज्या नाटकांचे अनुवाद केले ती सगळी त्या त्या भाषेतील क्लासिक्स मानली गेली होती. 'कुमारनी आगाशी' हे गुजरातीतील अत्यंत महत्त्वाचं नाटक मानलं जातं. तरीही तेंडुलकर स्वतःहून त्याचा

अनुवाद करतील असं निदान मला तरी वाटत नाही. मग तेंडुलकरांनी हे का केलं असेल? मला माझ्यापुरतं सापडलेलं उत्तर म्हणजे, ह्या नाटकाचे दिग्दर्शक सदाशिव अमरापूरकरांनी सांगून ते लिहून घेतलं असावं.

'कुमारनी आगाशी'चे मूळ लेखक मधु राय यांच्याशी माझा उत्तम परिचय आहे. त्यांचं वास्तव्य न्यू जर्सीला अमेरिकेत असतं. तिथून ते नाटकं लिहून भारतात पाठवतात. गुजरातीमधील अत्यंत महत्त्वाचा नाटककार. 'कुमारनी आगाशी'चे गुजरातीत खूप प्रयोग झाले. नाटक गाजलं. आय.एन.टी.ची निर्मिती आणि प्रवीण जोशींचं दिग्दर्शन. 'कुमारनी आगाशी'ला जे.बी. प्रिस्टलेच्या 'डेंजरस कॉर्नर' ह्या नाटकाचा आधार असावा असं वाटतं. मराठीतील 'डेंजरस कॉर्नर'चा पहिला अनुवाद म्हणजे माधव मनोहरांचं 'झोपलेले नाग.' पण तेंडुलकरांचा अनुवाद मात्र 'कुमारनी आगाशी' या नाटकाचाच आहे. 'कुमारनी आगाशी'चा हिंदी अनुवाद इस्मत चुकताईंनी 'नीला कमरा' नावाने केला आहे. ज्याचा प्रयोग शफी इनामदारांनी केला होता. 'कुमारनी आगाशी' हिंदीत आणि गुजरातीत लोकप्रिय झालं. मराठीत मात्र ते तितकंसं लोकप्रिय झालं नाही. किंबहुना दुर्लक्षितच राहिलं. 'मी कुमार'बद्दल काही बोललं तर लोक विचारतात, 'तेंडुलकरांनी कधी लिहिलं हे नाटक?'

'मी कुमार' हे नाटक एक उच्च मध्यमवर्गीय कुटुंब आणि त्याच्या जवळच्या लोकांविषयी आहे. त्यांचे आपसांतले ताणतणाव, रहस्य नाटकाच्या रचनेचा आधार घेऊन मांडले आहेत. त्यामुळे नाटकात पुढे काय घडणार याची उत्सुकता लागून राहते. नाटकात एका पार्टीसाठी लोक जमतात आणि तिथे नाटक उलगडत जातं आणि पात्रं त्यात रूतत जातात. काही पात्रं प्रत्यक्ष रूततात तर काही त्यांचं रूतणं अंतरावरून पाहत असतात आणि नाटकाच्या शेवटी सगळी पात्रं त्यात रूततातच. प्रत्येकाचं एक कल्पनेतील विश्व असतं आणि ते आपण अंतराअंतराने पुन्हा जगावं असं प्रत्येकाला वाटत असतं. 'कुमारनी आगाशी'मध्ये हे अधोरेखित केलं आहे आणि 'मी कुमार'मध्येही ते उत्तम पद्धतीने परावर्तीत झालं आहे. तेंडुलकरांचं संवाद लेखन ही ह्या अनुवादाची जमेची बाजू आहे.

'मी कुमार'मध्ये कुमारचा मृत्यू झाला आहे आणि हा मृत्यू म्हणजे आत्महत्या आहे का खून ह्याचा शोध घेण्यात येत आहे. पण हा शोध केवळ कुमारच्या मृत्युपुरता मर्यादित नाही आहे, तर तो शोध एका सधन कुटुंबातील गुंतागुंतीच्या नातेसंबंधांमधला आहे. हा शोध स्त्री–पुरुष संबंधांबद्दलचा आहे.

तेंडुलकरांनी त्यांच्या नाटकांमधून स्त्री-पुरुष संबंधातील वेगवेगळे पैलू दाखवले आहेत. तसेच 'मी कुमार' ह्या अनुवादित नाटकातसुद्धा दाखवले आहेत. आणि ते अतिशय प्रभावीपणे मांडले आहेत. तरुण कुमार त्याचा मित्र बिपिन आणि कुमारची भावजय निशा ह्यांचे संबंध अधोरेखित करताना तेंडुलकरांनी तरुण मुलांची स्त्रीकडे बघण्याची मानसिकता धीटपणे, कसलाही आडपडदा न ठेवता मांडलेली आहे. नाटककार म्हणून तेंडुलकरांची जी खासियत आहे ती अनुवादक तेंडुलकरांना उपयोगी पडली आहे. मूळ कलाकृतीचा समतोल ढळू न देता केलेला हा अनुवाद आहे.

दीर-भावजय यांच्यातील संबंध उलगडून दाखवताना, नवरा-बायकोच्या एकान्तातील संबंधावर नाटक भाष्य करतं आणि स्त्रीला येणाऱ्या विदारक अनुभवांचं चित्र उभं करतं. नाटकांच्या संरचनेत धक्का तंत्राचा वापर चांगल्या पद्धतीने केला आहे. १९८०च्या सुरुवातीला जेव्हा हे नाटक प्रथम सादर झालं तेव्हा ह्यातील स्त्री-पुरुष संबंध प्रेक्षकांना पचायला जड गेले असावेत. अतिशय धाडसाने, ताकाला जाऊन भांडं न लपवता या नाटकातील स्त्री-पुरुष संबंधाची मांडणी केली आहे. माझ्या दृष्टीने ही या नाटकाची जमेची बाजू आहे. स्त्री-पुरुष संबंधावरील मानसशास्त्रीय रहस्यनाटक असं ह्या नाटकाचं वर्णन करता येईल.

'मी कुमार' नाटकामध्ये छोट्या छोट्या संवादांबरोबर, स्वगतांचाही वापर केला आहे. कुमारला त्याच्या भावाच्या बायकोने लिहिलेल्या पत्रांमधला मजकूर, कुमार मरण्यापूर्वीच त्याचं स्वगत किंवा निशाचा उद्वेग, हर्षद आणि बिपिनमधला वाद. तेंडुलकरांनी त्यांच्या परिणामकारक संवाद लेखनातून ह्या सर्व वेगवेगळ्या भावभावना अत्यंत प्रभावीपणे मांडल्या आहेत. ह्या नाटकात व्यक्तिरेखा महत्त्वाच्या आहेतच, त्याचबरोबर श्रीमंती वातावरणाला अनन्यसाधारण महत्त्व आहे. कारण ह्या वातावरणातसुद्धा दडलेलं नाट्य आहे. ज्यामुळे समाजातील विशिष्ट वर्ग उभा राहायला मदत झाली आहे. कुमार आणि निशा ह्यांच्या संबंधांकडे पाहणारे वेगवेगळे दृष्टिकोन ह्या नाटकात दिसतात.

आता तीस-पस्तीस वर्षांनंतर पॉप्युलर प्रकाशनतर्फे 'मी कुमार'चं पुस्तक छापलं जातंय. वाचकाला ह्या नाटकाचा आस्वाद घेता येईल. मी हे नाटक नव्याने वाचत असताना मला मजा येत होती. स्त्री-पुरुष संबंधांकडे मधु राय ज्या पद्धतीने बघतात ती आजही महत्त्वाची वाटते आणि त्यामुळेच तेंडुलकरांचा अनुवाद माझ्यातल्या दिग्दर्शकाला खुणावतो

आहे. ह्या नाटकाच्या प्रयोगाचाही प्रेक्षकाला आस्वाद घेता यावा अशी मनोमन इच्छा आहे. बघू या कशी सफल होते ती. पण पुस्तकरूपाने तरी तेंडुलकराचं हे दुर्लक्षित नाटक वाचकांसमोर येतंय ही अत्यंत आनंददायी घटना आहे.

दि. १ डिसेंबर २०१५
मुंबई

अंक पहिला

[अमरकुमार व्यासच्या घरी डिनर पार्टी आहे. अमर व्यास आणि सुधा व्यासचे घर गुळगुळीत कागदाच्या मासिकातल्या जाहिरातींच्या पानांवर आपण अनेकदा पाहतो तसे. घरीच माणसे जमलेली आहेत. नटूनथटून खोटी हसत बोलत आहेत. अमर आणि सुधा अगत्याने मंडळींची विचारपूस करीत आहेत. यांना मूल नाही.
पडदा उघडतो. रेशमी झब्बा आणि पायजमा घातलेला अमर फोनवर बोलतो आहे. बाकीची माणसे आपापसांत दोन-तीनच्या घोळक्याने बोलत-हसत आहेत. सगळ्यांचे आवाज एकत्र होऊन एक सौम्यसा गोंधळ कानावर पडतो आहे. मधेच कुणाचे तरी हसणे, किंचाळणे वगैरे. लक्षपूर्वक ऐकायला गेले तर संभाषणाचे विविध तुकडे कानावर पडतात. ते अर्थ लावता येईल इतपत स्पष्ट.]

केतन : (वय बावीस. अमरचा हा धाकटा भाऊ)
अबे जा, जा, बाता कुणासमोर मारतोस... (हातात ग्लास)

अभिलाषा : (वय सव्वीस, सेक्रेटरी वाटावी या प्रमाणात मेकप. हिच्याही हातात ग्लास)
ओह् केतन, 'यू आर क्लेव्हर, आरण्ट यू? व्हेरी स्मार्ट. अरे मी जोक करत होते. (त्याच्या पाठीवर एक चापट मारत)

ओ.के. नाऊ, खरं खरं सांग बघू. काय असेल माझं वय? तुला किती वाटतं?

केतन : (तिने मारलेली चापट त्याला आवडली आहे) जस्ट नॉट मोअर दॅन ट्वेंटी वन?... जास्तीत जास्त बावीस. बावीसपेक्षा नक्कीच जास्त नाही; काय वाटेल ते हरायला तयार आहे मी...

अभिलाषा : (बावीस वर्षांच्या मुलीसारखी हसत) आणि... लग्न?

केतन : लग्न? ओह् कमॉन, तू साधं प्रेम केलं असशील असंसुद्धा वाटत नाही. यू लुक अॅज फ्रेश अॅज अ मॉर्निंग लिली. सकाळच्या नुकत्या उमललेल्या फुलासारखी वाटतेस तू... तशी टवटवीत... नाव वेट माय बॉटम डॉलर...

(दोघांच्या हसण्यात केतनचे पुढचे बोलणे ऐकू येत नाही.)

सुधा : (वय तीस. हिच्या हातात ग्लास नाही) अमर, अरे काय झालं? बिपिन येतोय की नाही?

अमर : (फोन ठेवतो) घरातनं निघालाय. येईलच. रस्त्याला सूट कलेक्ट करून येणार होता.

सुधा : (जवळ जाते. हलक्या आवाजात) मी म्हणते हर्षद आणि निशाला बोलवायलाच हवं होतं का? आता त्यांनी बिपिनला पाहिल्यावर भडकाभडकी झाली म्हणजे?

अमर : अग बिपिनने मुद्दाम त्यांना बोलवायला सांगितलं होतं. जायच्या आधी त्याला सगळं एकदा संपवून जायचंय.

सुधा : पण यात आपण इन्व्हॉल्ड व्हायची गरज काय? बाहेर कुठेतरी, हॉटेलमध्ये भेटून त्यांना सोक्षमोक्ष लावता नसता आला? इथे एवढ्या माणसात तमाशा विनाकारण. मला तर केव्हापासून असं असं... असं असं होतंय. (हाताने छातीची धडधड दाखवते.)

अमर : (खांदे उडवत) झाला तमाशा तर झाला. आपल्याला काय?

सुधा : (अभिलाषाकडे पाहत) आणि या ब्युटी क्वीनला कशाला बोलावलंयस?

अमर : कोण ब्युटी क्वीन?

सुधा : दुसरी कोण? मिस अभिलाषा कटारिया. तुझी सेक्रेटरी. घटस्फोट घेऊन नवरा टाकलाय फुंकून आणि चौदा वर्षांच्या पोरीसारखी लाडेलाडे बोलत सारखी सगळ्यांच्या पुढे पुढे नाचतेय. लाज कशी नाही वाटत मेलीला.

अमर : (तिच्या नाकावर बोट ठेवत) ते सगळं मुद्दाम तुला चिडवायला.

सुधा : तर तर. खरं सांग. बिपिनचा डोळा आहे ना तिच्यावर?... (लक्ष जाऊन) हे काय, निशावहिनी, तुमच्या हातात रिकामा ग्लास?...

निशा : (हर्षदची बायको. वय छत्तीस. दिसायला चांगली आणि काहीशी प्रौढ, शांत) नाही नाही. मला आणखी नकोय. मी बेतानेच पितेय.

[ग्लास हलकेच टेबलावर ठेवते. सुधाकडे पाहत हलकी हसते आणि गर्दीत मिसळते.]

सुधा : सांग ना अमर, आहे की नाही बिपिनचा हिच्यावर डोळा...

अमर : वेडी आहेस, अग पुढे पुढे नाचायची तिला सवयच आहे आणि ती दिसते तितकी निष्पाप नाहीये. भल्याभल्यांना खेळवेल ती.

सुधा : बिपिनची नि तिची फार आधी ओळख झाली नाही ते एकापरीने बरंच झालं. नाहीतर त्याच्याबरोबर कॅनडाला जायचा चान्स तिने बरा सोडला असता.

अमर : कॅनडाला जायचा चान्स? अभिलाषाला? इडियट. बिपिनला ती आवडल्येय कबूल. पण तो काही स्वतःच्या घरी तिला ठेवून घेण्याइतका उल्लू नाही.

निशा : (केतनला) मागच्या वर्षीच आम्ही वॉटरकलर पेंटिंग्जचा एक आख्खा सेट विकत घेतला बघ. या वर्षी जरा कठीण आहे, पण तरी नाताळच्या आधी एक तरी ऑइल पेंटिंग घ्यायचंच असं हर्षदला सांगून ठेवलंय मी. तू सध्या काय करतोस?

केतन : सध्या पोर्ट्रेटची प्रॅक्टिस करतोय. ट्रेण्ड पुन्हा रिॲलिझचा येतोयना.

(लक्ष जाऊन) अभी...

अभिलाषा : येस? (त्यांच्या दिशेने येते.)

केतन : निशा, ही अभिलाषा कटारिया. दादाची सेक्रेटरी आणि अभी, (दर्शवून) निशा – मिसेस हर्षद व्यास.

सुधा : (इकडे लक्ष जाऊन) ओह्, रॅली राउण्ड द यंग पेंटर!

अभिलाषा : पेंटर, अय्या तू पेंट करतोस, केतन? माय गॉड! आय जस्ट काण्ट बिलीव्ह! कल्पनाच नव्हती मला. कुठल्या क्रिएटिव्ह

आर्टिस्टला भेटणं म्हणजे इतकं एक्सायटिंग वाटतं मला म्हणून सांगू? कुठल्या प्रकारची पेंटिंग करतोस रे तू? मॉडेल म्हणून मला घेशील?

सुधा : अलीकडे केतन न्यूड्स करतोय.

निशा : हर्षद... हर्षद...

[हर्षदकडे जाते. केतन आणि अभिलाषा 'न्यूडपोजिंग'ची तारीख ठरविण्यात बिझी.]

हर्षद : येस डार्लिंग.

निशा : जास्त प्यायचं नाही हं. ॲसिडिटीचा त्रास होतो मग. (त्याला जरा एकीकडे नेत. टेन्स स्वरात) काय म्हणाला?

हर्षद : (काहीशा रागाने) कोण? अमर? म्हणाला की, बिपिनने खास आग्रह करून मला बोलवायला सांगितलं. हिशेब चुकवायचाय म्हणे. स्वाइन!

निशा : हर्षद, तू आता एक्साइट नाही व्हायचं. प्रॉमिस? गोष्टी कुठल्याही थराला गेल्या तरी डोण्ट यू लूज युवर हेड...

हर्षद : मी एक्साइट झालो तरी काय होणार? त्याचा जीव थोडाच घेणार आहे मी.

अमर : फ्रेंड्स! (हाताने टाळ्या वाजवतो. सगळे गप्प होऊन पाहतात.)

अमर : कंट्रिमेन, लेण्ड मी युवर इयर्स ....

[केतनचे डोके पकडून त्याचा कान जवळ आणतो.]

हर्षद : (स्वतःशीच) स्काउंड्रल.

अमर : आपण सगळे जरा व्यवस्थित बसून घेऊया.

[सगळे असतात तिथे बसतात.]

अभिलाषा : गाणंबिणं होणार आहे की काय?

अमर : आता आपण–

अभिलाषा : ए, कुणाला जादू येते जादू? मला किनई जादू फार आवडते.

केतन : तुझ्या डोळ्यातल्या जादूपुढे दुनियेतली कुठलीच जादू टिकणार नाही.

अभिलाषा : एक जोक्स सांगा ना, जोक्स कुणीतरी!

अमर : ऐकून घ्या. मला एक भाषण होऊ बघतंय. पण ते बिपिन आल्यावरच करेन. कारण आजच्या पार्टीचा तो चीफ गेस्ट आहे.

हर्षद : मग आम्हांला कशाला इथे बसवून ठेवलंय?

अमर : माझ्या बायकोने नवीन दागिने घातले आहेत ते दाखवायला.

अभिलाषा : (सुधाला न्याहाळत) ओह डियर! कित्ती क्यूट आहेत नाही?

सुधा : कशाला बोअर करतोयस अमर. बिपिन का आला नाही बघ ना.

अमर : येईल, येईल. रस्त्यात शॉपिंगमुळे थोडा उशीर झाला असेल.

केतन : कसलं शॉपिंग?

अमर : अरे माणूस परदेशी निघाला की हजार कामं निघतात.

केतन : म्हणजे? बिपिन परदेशी चाललाय? कुठे? कधी?

हर्षद : तुला माहीत नाही? बिपिन कॅनडाला चाललाय. सेटल होतोय तिथे. त्याला निरोप देण्यासाठीच तुझ्या दादाने ही पार्टी ठेवलीय.

अभिलाषा : फॉरेन? ओ, फॉरेनला जायला मला कित्ती आवडेल. एका ज्योतिषाने सांगितलंय की, नेक्स्ट मंथमध्येच मला फॉरेनला जायचा चान्स आहे म्हणून. डू यू बिलीव्ह इन ॲस्ट्रॉलॉजी?

केतन : पण बिपिन कॅनडाला चाललाय कशाला?

सुधा : तिकडेच सेटल होण्याचा बेत आहे.

केतन–सुधा: एकटाच चाललाय?

हर्षद : आजकाल वाटेल तेवढे फॉरिनला जातात. भंगीसुद्धा जातात.

केतन : तसं नव्हे, एकटा म्हणजे फक्त तोच जातोय का बरोबर कुणी...

हर्षद : तो आणि कुणाला बरोबर घेऊन जाणार?

निशा : हर्षद–

अभिलाषा : नाही नाही... बोला ना! मला किनई गॉसिप भारी आवडतं.

हर्षद : गॉसिप कसलं? खरंच आहे हे. त्याच्यासमोर पण हजारदा म्हटलंय हे मी. दुसऱ्याचा विचार त्याला सुचायचाच नाही. आपण, आपलं, आपल्याला. कुणी मरत असलं तर वाचवायचं सोडून मरणाऱ्याच्या तोंडातला सोन्याचा दात कसा मिळेल तेवढं पाहील तो.

निशा : प्लीज, हर्षद–

केतन : एक्स्क्यूझ मी– पण हे सर्व काय आहे?

अमर : जाऊ दे ना हर्षद, कशाला जुन्या गोष्टी उकरतोस? तो तर आता चाललाय कायमचा.

हर्षद : ऑल राइट! घर तुझं आहे.

अभिलाषा : ए, नाही बाबा– सांगा ना– प्लीज–
[उठून हर्षदजवळ जाऊन बसते. निशा उठून लांब जाते.]

अमर : मिस कटारिया...

अभिलाषा : सांगा ना मिस्टर हर्षद, हे काय आहे?

अमर : हे बघ, यात तुला हवं तसलं काही नाही.

हर्षद : नको तेच आहे.

निशा : स्टॉप इट, हर्षद.

सुधा : (अमरला) तुला वाटलं होतं की, आज दोघं झालं गेलं विसरून भेटतील! हो ना?

केतन : अरे पण हे सगळं काय चाललंय? सगळेच असे गोलगोल काय बोलताय?

सुधा : तुझा ग्लास भरून आणू का केतन?

केतन : हे काय चाललंय ते सांगा आधी. तुम्ही सगळे हे असे एकदम गंभीर का झालात?

अभिलाषा : मला तर इतकं एक्सायटिंग वाटतंय म्हणून सांगू! (केतनला) तो बिपिन आहे ना, त्याने बहुतेक हर्षदच्या पैशांची अफरातफर केली असणार. (हर्षदच्या गालावर बोट ठेवते.)
हो की नाही?

अमर : मला कळत नाही, आपण हे सगळं असं बोलायलाच हवं का?

हर्षद : कळत नाही ना? नाहीच कळणार. कारण त्याने तुझं काहीच बिघडवलं नाहीय. बिघडवलंय माझं – सुधा मला ग्लास भरून दे.

सुधा : देते पण एका अटीवर. बिपिन आल्यावर यातलं काही–

हर्षद : हे बघ, अशी कुठलीच गॅरेंटी मी देणार नाही. ही पार्टी आहे. मुलींचं हॉस्टेल नव्हे.

निशा : हर्षद – प्लीज –

हर्षद : ठीक आहे, माझ्या बाजूने मी प्रयत्न करीन. पण बिपिननेच मला चिडवलं तर....

सुधा : बिपिन असं काही करणार नाही. मी गॅरेंटी देते.

अभिलाषा : पण आधी हे सगळं काय आहे ते मला सांगा ना. आय ॲम डाइंग टु नो एव्हरिथिंग–

केतन : येस येस, एवढं कळलं तर पुरतं तरी कळू दे.

अभिलाषा : खरं खरं सांगा. पैशाचा मामला आहे ना?

हर्षद : नाही. बिपिन त्यातला नाही.

अभिलाषा : मग तो कसा आहे? सांगा ना. त्याने तुमचा कॅमेरा वापरायला नेऊन मोडला. (हसते.)

हर्षद : तुम्हाला तीन चान्सेस. ओळखा.

केतन : दॅट्स इंटरेस्टिंग. अमरदादा तू मधे बोलू नकोस. (अभिलाषाला) कमॉन स्वीट हार्ट... सॉल्व्ह द मिस्टरी... रहस्याचा भेद करायचा...

अभिलाषा : आय लव्ह मिस्टरीज...

केतन : कमॉन देन...

अभिलाषा : बघा हं... बिपिन डॉक्टर आहे ना? मला डॉक्टर्स खूप आवडतात.

हर्षद : डॉक्टर म्हणजे औषधांचा नव्हे. पीएच.डी. आहे तो.

अभिलाषा : अच्छा – कुठल्या विषयात पीएच.डी. केलंय त्यानं?

निशा : हे बघा, थांबवा हा विषय!

हर्षद : तो का? (निशा रडवेली होऊन आत जाते) निशा... निशा...

अभिलाषा : कुठल्या विषयात?

हर्षद : इंडस्ट्रियल सायकॉलॉजी.

अभिलाषा : आय सी. आपल्याला काहीच कळलं नाही... लग्न झालंय त्याचं?

हर्षद : नाही. बहुतेक लग्न करणार नाही.

अभिलाषा : हाऊ एक्सायटिंग! तर मग... हो. (हर्षदला) त्यानं तुमच्या बहिणीला किंवा अशाच कुणातरी जवळच्या नात्यातल्या मुलीला फसवलं असेल. राइट?

हर्षद : चूक.

अभिलाषा : तुमच्याबरोबर तो धंद्यात होता का?

हर्षद : कलकत्त्यात तो आमचा रिप्रेझेंटेटिव्ह होता.

अभिलाषा : (उसळत) म्हणजे त्याने तुमचा सगळा धंदा नाकावर आपटेल असं काहीतरी केलं असणार. बरोबर की नाही? मला अशी माणसं एवढी आवडतात!

हर्षद : चूक

अभिलाषा : चूक? तर मग... तर मग... खरं खरं सांगा हं, तुमच्या बायकोबरोबर त्याचे काही संबंध...

हर्षद : चूक

केतन : ऑल राइट. यू विन. तुम्हीच सांगा आता.

हर्षद : बिपिनने माझ्या भावाचा खून केलाय.

अभिलाषा : काय? ओ, नो! हे फारच झालं.
(भोवती कमोशन)

हर्षद : माझ्या भावाचं नाव कुमार... लहानपणापासून तो माझ्याजवळच वाढला... निशानेच त्याला लहानाचा मोठा केला. माझ्या लग्नात तो फक्त बारा वर्षांचा होता. प्रत्येक परीक्षेत तो पहिला यायचा. फर्स्टक्लास फर्स्ट करिअरचा होता तो. कलकत्त्याला शिकायला पाठवला होता...

केतन : कुमार खूपच हुशार होता. मला आठवतंय... पण तो तर...

अमर : केतन!

हर्षद : कलकत्त्यात त्याची बिपिनशी ओळख झाली... दोघांची दोस्ती झाली. [डोळ्यांतले पाणी प्रयत्नपूर्वक थोपवतोय. कुणीतरी प्यायला पाणी आणून देतो.]

अभिलाषा : आय ॲम–

हर्षद : प्लीज डोंट इन्टरप्ट कुमारच्या सांगण्यावरूनच बिपिनला आम्ही आमचा रिप्रेझेंटेटिव्ह केला. अभ्यासात तसा एकूणात बिपिन खूप हुशार निघाला.

अभिलाषा : पण यात तुमच्या भावाचा–

हर्षद : कुमार बिपिनपेक्षा हुशार होता. एम.ए.च्या फायनल परीक्षेच्या आदल्या दिवशीच तो वारला.

अभिलाषा : हेवन्स! तो कसा?

केतन : दुसऱ्या दिवशी सकाळी कुमारचं प्रेत तो राहत होता त्या उंच इमारतीच्या खाली चेंदामेंदा होऊन पडलेलं लोकांना सापडलं. त्यांनी पोलिसांना कळवलं. कोर्टाने निर्णय दिला, आत्महत्या.

केतन : पण बिपिन?

हर्षद : मरणाआधी कुमारला भेटलेला शेवटचा माणूस बिपिन होता.

केतन : पण मग तो अपघात नसेल कशावरून?

हर्षद : मी स्वतः कलकत्त्याला गेलो होतो. कलकत्त्यात कुमार राहत होता त्या इमारतीचा दगडन्‌दगड मी पाहिलाय...

अभिलाषा : कदाचित परीक्षेच्या टेन्शनमुळे कुमारने आत्महत्या केली असेल!

केतन : कुमारचा खूनच झाला होता आणि तोही बिपिननेच केला होता असं कशावरून मानायचं?

हर्षद : नाहीच मानायचं. अजिबात नाही मानायचं. अशा वाईट शंका मनातसुद्धा येऊ द्यायच्या नाहीत. कुमारचा खून बिपिननेच केला असं जरी निर्विवाद सिद्ध झालं ना, तरी बिपिनला उदार अंत:करणाने माफ करायचं. मानवतावादी दृष्टिकोन! लहान मुलांच्या गोष्टीत असतो तसला आदर्शवाद! तुमच्या भावाचा खुनी तुमच्याकडे आश्रयाला आला तर तुम्ही त्याला दया दाखवून वर खाऊ घालायचं. भेकड साले!

सुधा : (हर्षदला) तू असा वागशील याची थोडी जरी कल्पना असती तर आम्ही तुम्हाला आज बोलावलं नसतं.

हर्षद : मी असा वागतोय कारण कुमार माझा भाऊ होता, तुमचा नव्हता. एका सुंदर आयुष्याला नुकतीच कुठे सुरुवात होत असताना केवळ क्षुल्लक स्वार्थापायी त्याचा बळी घेतला गेला, हे मी विसरू शकत नाही. तुम्ही वाटल्यास विसरा.

अमर : हर्षद, प्लीज...

हर्षद : बिपिन कॅनडाला जाऊन 'बडा' माणूस होणाराय. कदाचित तुझ्यासाठी पण एखादं लठ्ठ एन्जॉयव्हॉउचर पाठवून देणार असेल तो. यू स्टिंकिंग हिप्पोक्रॅट्स!

अमर : तुझी मन:स्थिती मला समजते हर्षद... पण काही पुराव्याशिवाय कुणावर एवढा गंभीर आरोप करणं म्हणजे...

हर्षद : पुरावा! वेगळा पुरावा हवा कशाला? बिपिनचा स्वभाव याला पुरावा आहे. बिपिनला ओळखणारे एकजात सगळे सांगतील तो कमालीचा स्वार्थी आणि 'जेल्‌स' माणूस आहे.

(अमरला) निदान मनातल्या मनात तरी सांगतील! त्याला कुमारबद्दल 'जेलसी' वाटत होती. त्या वर्षी पहिल्या येणाऱ्या विद्यार्थ्यांना मोठ्ठी स्कॉलरशिप ठेवली होती युनिव्हर्सिटीने.

कुमार ती पटकावणार हे निश्चित होतं. बिपिनला तेच सहन होत नव्हतं. त्याला पैसा हवा होता, कीर्ती हवी होती...

केतन : नाही, कदाचित हे खरं असेलही... पण मला चांगलं आठवतंय, आमच्या कॉलेजमध्ये—

अमर : केतन पुरे. आपण एन्जॉय करायला जमलो आहोत की एकमेकांच्या कुरापती काढायला? हर्षद, निशाला घेऊन ये, आणि आजचा दिवस, इथं आहेस तोपर्यंत तरी संयम राख.

अभिलाषा : (हर्षदला) पण तुम्ही इतकी वर्षं गप्प कसे राहिलात हो?

हर्षद : मी योग्य संधीची वाट पाहत होतो. मला त्याला पकडायचा होता. पण कोर्टात शाबीत करू शकेन असा एकही पुरावा माझ्याकडे नव्हता.

अभिलाषा : पण आता तर तो कॅनडाला चाललाय...

हर्षद : हो. चाललाय साला पळून. असली माणसं भ्याडच असतात. आपल्या अपराधाला सामोरं जाण्याची हिंमत नसते त्यांच्यात. हिशेब चुकवायचाय म्हणे! बदमाश.

अमर : आय ॲम सॉरी, हर्षद...

हर्षद : हिशेब चुकवतोय! माझा मेलेला भाऊ मला परत आणून देणाराय तो? ते उमलतं, कोवळं आयुष्य तेव्हा चुरगळून गेलं ते परत मिळवून देऊ शकणाराय तो? निशा अजून कुमारचा विषय निघाला तरी रडते. इतकी वर्षं झाली तरी तिने अजून कुमारचे कपडेसुद्धा जसेच्या तसे ठेवलेत.

अमर : सुधा, निशाला घेऊन ये जा.

[सुधा आत जाते. निशाला घेऊन येते. निशा रडते आहे.]

सुधा : पाणी देऊ?

[निशा नकारार्थी मान हलवते. पदरात तोंड लपवून हुंदके देऊन पुन्हा रडते. हर्षद तिच्याजवळ जातो. सुधा तिला पाणी देते. सगळे तिच्यात गुंतलेले. दरवाजात बिपिन येऊन उभा. कुणाचेच त्याच्याकडे लक्ष नाही.]

निशा : मी शेवटची कलकत्त्याला गेले, तेव्हा कसा उत्साहात होता. केवढ्या गप्पा करत होता. मग मधेच त्याला काय झालं कुणास ठाऊक. माझ्या मांडीवर डोकं ठेवून पोरासारखा

रडायला लागला. म्हणाला, परीक्षा झाल्यावर लगेच धावत येईन, आपण सगळे.... आपण सगळे...
[बोलता बोलता अचानक बिपिन दिसतो. एकदम गप्प होते. ती गप्प झालेली पाहताच सगळे त्या दिशेने बिपिनकडे पाहतात. स्मशानशांतता.]

बिपिन : हॅलो फ्रेंड्स! माफ करा. जरा उशीर झाला. जरा काय चांगलाच उशीर झाला. तुम्ही पार्टी सुरू केलीत ते बरं झालं. काय ट्रॅफिक आहे रस्त्यावर. दहा मिनिटं नुसत्या पार्किंगमध्ये गेली.

अमर : का? खाली जागा नाही मिळाली?

सुधा : ड्रिंक? (ग्लास देते. तो घेतो.)

अभिलाषा : मिस्टर बिपिन, एक प्रश्न विचारू?

अमर : मिस कटारिया, विल यू शट अप्?

बिपिन : (सावध) विचारा ना.

अभिलाषा : नको नाहीतर... परत कधीतरी विचारीन.

बिपिन : परत कधी? मी तर उद्या चाललो? कायमचा. हॅलो हर्षद, हॅलो निशाभाभी.

केतन : अरे तू कायमचा चाललायस म्हणे, कशासाठी?

बिपिन : बस्स् असंच.

अभिलाषा : असंच? काही खास कारण नाही?

बिपिन : इथं थांबण्यासाठीही काही खास कारण नाहीय. म्हणून चाललोय.

अभिलाषा : मला आणखी एक ड्रिंक, प्लीज. कॅन आय गेट वन मोअर ड्रिंक?

केतन : येस ऑफकोर्स.
(दरबारी थाटात झुकून तिच्या हातात दुसरा ग्लास देतो.)

निशा : (हर्षदला) आपण आता उठूया?

अमर : अरे बसा, बसा. काय घाई आहे? पार्टी तर अजून सुरू व्हायचीय.

बिपिन : (अभिलाषाला) तुम्ही असं का विचारलंत?

अभिलाषा : असं म्हणजे?

बिपिन : म्हणजे खास कारण वगैरे?

अभिलाषा : नाही उगीचच... तुम्हाला लव्ह स्टोरीज आवडतात का हो? मला थ्रिलर्स वाचायची किनई फार आवड आहे.

बिपिन : या वयात?

केतन : अजून तर टीनएजरच आहे ना.

अभिलाषा : (बिपिनला) तुम्हाला माझं वय काय वाटतं?

निशा : हर्षद, आपण जाऊया. मला बरं वाटत नाही.

हर्षद : अमर, सुधा, आम्ही निघतो. येऊ परत कधीतरी.

अभिलाषा : मला तर खुनीसुद्धा खूप आवडतात. कुणी एखादा मास्टर प्लॅन आखून, शिस्तीत खून केला असेल ना, (बिपिनचा हात पकडून) तर मला इतकं आवडतं म्हणून सांगू. आय लव्ह एक्साइटमेंट. मला रहस्य, रोमान्स यांची इतकी आवड आहे, इतकी आवड आहे... तुम्हाला?

अमर : (हर्षदला) ठीक आहे. अच्छा, थँक्स... सॉरी...

बिपिन : (त्यांना जात असलेले पाहून) अरे... हे काय? हर्षद, निशा, बसा ना थोडा वेळ.

हर्षद : निशाला बरं वाटत नाही.

बिपिन : (सौजन्याने) पण... माझं तर... तुमच्याकडेच काम आहे. बसा ना. खरं सांगायचं तर... आपण एरव्ही कधी भेटणं अशक्यच आहे. म्हणून मीच अमरला म्हटलं होतं की पार्टीला तुम्हा दोघांना आज बोलाव...

हर्षद : का? आता अजून काय उरलंय?

अमर : हर्षद–

बिपिन : बसा, बसा (सगळ्यांना बसवतो.) निशावहिनी, तुमचं शिक्षण मुंबईतच झालं नाही? मला आठवते त्याप्रमाणे हॉस्टेलमध्ये होतात.

निशा : हो. मार्लब्री गर्ल्स.

अभिलाषा : सप्राइज्! मी पण मार्लब्रीमध्येच शिकले. तुम्ही कुठल्या वर्षी होतात?

निशा : पन्नास ते पंचावन्न.

अभिलाषा : पंचावन्नमध्येच मी ॲडमिशन घेतली तिथे. तुमच्या वेळी श्रीनिवासन होते?

बिपिन : (अभिलाषाला) आणि तुम्हाला रहस्य, रोमान्स पण खूप आवडतो.

अभिलाषा : ओह! खूऽऽऽपच!

बिपिन : (सॉफ्टली) तुमच्या प्रश्नाचं उत्तर आता देऊ?

अभिलाषा : (ब्लँक) कुठला प्रश्न?

बिपिन : मी हा देश सोडून चाललोय त्याचं खास कारण तुम्ही विचारीत होतात.

अभिलाषा : हो... हो... काय कारण?

बिपिन : मी चाललोय कारण माझा माझ्यावरच विश्वास उरलेला नाही.

केतन : म्हणजे?

बिपिन : मला भीती वाटते की (रेज) माझ्या या हातांनी कुणाची तरी मान मुरगाळली जाईल– (खेळण्यातली पिस्तूल कुठूनतरी काढतो.) आणि ती मान, मिस् अभिलाषा कटारिया, कदाचित तुमचीही असू शकेल. तुम्हाला खुनी आवडतात ना? (सगळे वाढते अस्वस्थ.)

अमर : बिपिन, तुला काय झालंय?

हर्षद : एका खुनाने समाधान नसेल झालं! सॉरी अमर, वी काण्ट रिमेन एनी मोअर इन् धिस कंपनी.

बिपिन : अमर, माफ कर. आज तुझ्या घराचा उपयोग एक खून करण्यासाठी मी करणार आहे. मिस् कटारिया, श्वास रोखून धरा. तुमचे आवडते रहस्य आणि रोमान्सचे क्षण येत आहेत.
[कमोशन]

बिपिन : मी पूर्ण शुद्धीत आहे. (केतनला) माय चाइल्ड, मी यायच्या आधी काही क्षण हर्षद त्याच्या भावाच्या खुनाबद्दल बोलत होता आणि तो विषय निघताच निशावहिनींना बरं वाटेनासं झालं, खरं ना?

अभिलाषा : गुडनेस! येस्!
[कमोशन]

बिपिन : आणि नंतर (अभिला) काही मिनिटांतच तुमच्याशी त्या पुन्हा जणू काहीच घडलं नाही अशा बोलत होत्या. खरं ना?

हर्षद : केल्या गोष्टीची लाज तर नाहीच, वर नाटकं करतोय.

बिपिन : कुमारच्या खुनाचा हिशेब मला आज चुकवायचाय.

हर्षद : समेट करण्याच्या सोज्वळ इराद्याने म्हणे तू आम्हांला इथे आज बोलावलं होतंस!

बिपिन : समेट करायला नाही, करवून घ्यायला.

हर्षद : म्हणजे?

बिपिन : मला एका खुनाचा हिशेब चुकवायचाय. तो नाही चुकवला तर हा माणूस माझ्यामागे आयुष्यभर माझी निंदानालस्ती करत राहील आणि त्याची बायको हुंदके देऊन देऊन रडत राहील.

निशा : हर्षद, तू येतोस का मी जाऊ?

हर्षद : निशा, एक मिनिट... (बिपिनला) मी तुझी निंदा करतो काय?

बिपिन : (हसतो) निशावहिनी, जरा बसा. मला हर्षदशी थोडं बोलायचंय, कुमारबद्दल.

हर्षद : काय बोलायचंय?

बिपिन : माझी उगाच बदनामी करतोस तू.

हर्षद : कारण कायद्याने तू सुटलास.

बिपिन : कुमारने आत्महत्या केली होती.

हर्षद : याला काहीही पुरावा नव्हता. काहीही कारण नव्हतं.

बिपिन : तारुण्य हेच आत्महत्येचं एक मोठं कारण असू शकतं, मिस्टर हर्षदराय.

हर्षद : परीक्षेच्या बरोबर आदल्या दिवशीच नेमकं ते आत्महत्येचं कारण कसं उपटलं?

बिपिन : आपण हजारदा हे बोललो आहोत.

हर्षद : आणि प्रत्येक वेळी तू उडवाउडवीची उत्तरं दिली आहेस.

बिपिन : आणि समज कुमारचा खून झालाच असला; तर तो कुणी केला?

हर्षद : ही काय विचारायची गोष्ट आहे? त्याच्या मृत्यूने फक्त तुलाच फायदा होणार होता.

बिपिन : तुला वाटतं की फक्त फायद्यासाठीच कुणी कुणाचा खून करतो. दुसरा कुठलाच हेतू खुनाच्या मागे असू शकत नाही?

हर्षद : कुठला हेतू?

बिपिन : कुमार माझा मित्र होता मिस्टर हर्षदराय.

हर्षद : हेतू कुठला?

बिपिन : उभ्या जगात माझ्यावर त्याचा सर्वात जास्त विश्वास होता!

हर्षद : हेतू कुठला कळू दे!

बिपिन : आत्महत्येच्या आदल्या रात्रीच मी कुमारला भेटलो होतो!

हर्षद : (कॉलर पकडून) स्पष्ट का बोलत नाहीस? कुठला हेतू? कुठलं कारण?

बिपिन : अगदी मूल आहेस तू हर्षद. तू कधी प्रेम केलंयस?

हर्षद : म्हणजे कुमार प्रेमात पडला होता? नॉनसेन्स?

बिपिन : कुमारने एक पाप केलं होतं.

हर्षद : पाप?

बिपिन : (हताश) पाप! त्याला त्याचं प्रायश्चित्त घ्यायचं होतं.

हर्षद : प्रायश्चित्त?

बिपिन : तुला तो देव मानत होता.

हर्षद : मग?

बिपिन : त्याच्या स्वतःच्या दृष्टीने त्याने एक मोठं पाप केलं होतं.

अभिलाषा : एक्सक्यूझ मी... पण तुम्ही तर मघा खून करण्याबद्दल बोलत होतात.

बिपिन : (निशाकडे पाहतोय. डोक्यात विचार चालू असल्यासारखा. मग स्वर बदलून स्वतःशीच बोलल्यासारखा)
खून? कुणाचा? कसला? माणसं खून का करतात? कुणाची हत्या का करतात? (हर्षदला) तुम्हाला निघायचं असेल तर निघू शकता तुम्ही!

अभिलाषा : अरे! एवढं टेन्शन वाढवून—

बिपिन : मरणारा गेला मरून. आता त्याचा पंचनामा करणारे तुम्ही-आम्ही कोण?

हर्षद : तुला म्हणायचंय काय?

बिपिन : म्हणायचंय हेच की, कुमार शेवटी शेवटी सारखा म्हणत असे, व्यर्थ आहे, सगळं व्यर्थ आहे. खरंच सगळं व्यर्थ आहे, हर्षद.

हर्षद : असा अचानक साक्षात्कार झाला वाटतं तुला?

बिपिन : हो, एका रात्री त्याने गच्चीच्या कठड्यावरून उडी मारून आत्महत्या केली. यात गूढ, रहस्यमय असं काहीही नाही हर्षद. कुमारचा खून मी केला नाही. त्याची ती गच्ची... गच्चीवरची ती निळ्या दरवाजाची त्याची खोली... तो त्याचा पलंग... छे. व्यर्थ आहे सगळं... माणसांचे संबंध व्यर्थ आहेत, त्यांचं जगणं व्यर्थ आहे. त्यांचे सूड व्यर्थ आहेत...

अमर : हर्षद, बिपिन, तुम्ही दोघंही माझे मित्र आहात. तुमच्या दोघांमध्ये पडण्याची माझी इच्छा नाही. पण हर्षद, जवळ काहीही पुरावा नसताना तू इतका गंभीर आरोप—

हर्षद : (बिपिनला) कुमारने कुठलं पाप केलं होतं?

बिपिन : ते विचारलं नाहीत तर बरं होईल.

हर्षद : कुमार कशात फसला होता? बोलत का नाहीस?

बिपिन : आपण त्याबद्दल न बोललेलं बरं.

हर्षद : (मुठी आवळत) कुमार माझ्या मुलासारखा होता. मी तुलासुद्धा मुलगा मानलं होतं—

बिपिन : प्लीज— प्लीज—

हर्षद : त्याच्या मरणाची तार मिळाली त्यानंतर आठवडाभर निशा बेशुद्ध होती.

[बिपिन काहीच बोलत नाही.]

प्रत्येक पत्रात कुमार तुझ्याबद्दल लिहीत असे.

बिपिन : जाऊ दे. कुमारबद्दल आपण यानंतर न बोललो तर बरं होईल.

हर्षद : माझी समजूत होती की तूच त्याचा खरा मित्र आहेस.

बिपिन : मिस्टर हर्षदराय, तो विषय आपण थांबवूया.

हर्षद : पण तू त्याचा एकुलता एक शत्रू निघालास. माझ्या पैशावर शिकून माझ्याच भावाचा खून केलास!

बिपिन : हर्षद, खुळ्यासारखा बकू नकोस!!

हर्षद : दुर्भाग्य असं की माझ्याकडे कुठलाच पुरावा नाही. असा कमकुवत नसतो ना मी, तर केव्हाच गळा दाबून तुला ठार केला असता.

अमर : हर्षद!

हर्षद : ते उमलतं आयुष्य स्वतःच कुस्करून आता त्याच्याबद्दल वर असं खोटंनाटं बोलायला तुला लाज नाही वाटत? त्याने कुठलं पाप केलं होतं? काय पाप केलं होतं? सांग की—

बिपिन : तुम्हाला निघायचं असलं तर निघा हर्षदराय—

निशा : हर्षद चल.

अभिलाषा : प्लीज, थांबा ना. हा सस्पेन्स इतका थ्रीलिंग आहे!

अमर : शट् अप् अभिलाषा!

बिपिन : वयानं वाढलास, पण पोर आहेस हर्षद तू. सगळं जग फक्त काळ्या आणि पांढऱ्या रंगातच बघायला शिकलास. एवढा मोठा धंदा तू उभा कसा केलास आणि सांभाळतोस कसा त्याचं आश्चर्य वाटतं मला.

हर्षद : कुत्र्याच्या मौतीने मरशील तू, कुत्र्याच्या. मी तुला सोडणार नाही साल्या! तुला जगणं हराम करून टाकीन, सोडणार नाही! चल निशा.

निशा : (उभी राहून) एक मिनिट.
(निश्चयाने पुढे येते. बिपिनजवळ उभी राहते. त्याच्या तोंडावर थुंकते.)

बिपिन : पुरुषांच्या तोंडावर थुंकायचे किती रुपये घेता अलीकडे?

हर्षद : (त्याच्या अंगावर धावून जातो. केतन, अमर त्याला धरतात.) लोफर!

बिपिन : तुझ्यात आणि तुझ्या भावात फारसा फरक नाही, हर्षद. मूर्खपणा तुम्हाला वारसा हक्काने मिळालेला दिसतो.

निशा : कुमारचं नाव तुझ्या तोंडात शोभत नाही. कुठल्या अधिकाराने तू त्याच्याबद्दल, त्याच्या निळ्या दरवाजाच्या खोलीबद्दल बोलतोस? त्याच्या पलंगाबद्दल बोलतोस?

बिपिन : (हसतो) ओ!

निशा : तू त्याचे कपडे धुतले होतेस? त्याच्या शर्टाच्या कॉलरवरचा मळ घासून स्वच्छ केला होतास? त्याच्या डोक्यावर तेल घातलं होतंस? त्याला दाढी फुटायला लागली तेव्हा रेझरमध्ये ब्लेड भरायला शिकवलं होतंस?

बिपिन : मेलोड्रामा! काय मिस्टर हर्षदराय, तुम्हाला याच्यापुढे अजून काही म्हणायचं नाही? याहून जोरकस?

हर्षद : चालता हो माझ्यापुढून आधी.

निशा : कुमारला लहानाचा मोठा केला, फुलासारखा जपला तो काय तुझ्या हाताने ऐन उमेदीत त्याचा गळा कापला जाण्यासाठी?

बिपिन : छे, छे... अजिबात नाही.

अभिलाषा : पण त्या खुनाचं काय झालं ते सांगा ना!

निशा : त्याचा जीव घेऊन वर त्यालाच नावं ठेवतोस? म्हणे कुमार पापी होता, मूर्ख होता.

बिपिन : निशावहिनी, आता तुम्हाला फार बरं वाटतंय की नाही असं करुण करुण बोलताना? मजा येतेय की नाही?

अमर : बिपिन प्लीज–

बिपिन : सॉरी अमर. पण मला माझ्या दोस्ताच्या खुनाचा सूड घ्यायचाय आज.

अभिलाषा : एक्झॅक्टली!

बिपिन : माझ्या दोस्ताच्या निर्दय आणि निर्घृण खुनाचा सूड...

अभिलाषा : हाऊ एक्सायटिंग! कसा घेणार तुम्ही हा सूड?

बिपिन : (खेळातले पिस्तूल रोखून) माझा एकमेव दोस्त कुमार याचा निव्वळ स्वार्थ आणि अहंकारापोटी, अत्यंत क्रूरपणे, त्याला खोट्या मोहात अडकवून, त्याच्या शरीरावर हळूहळू अधिकार मिळवून, त्याला झुलवून झुलवून त्याचा अमानुष छळ आणि अखेर खून केल्याबद्दल मी तुम्हाला–मिसेस निशा हर्षदराय–मृत्यूची शिक्षा देतो.

[हर्षद त्याच्या अंगावर धावतो. बिपिन त्याला चुकवतो. हळूहळू रंगमंचावरचा प्रकाश मंद होत जातो. मग सगळ्यांच्या फक्त छायाकृती दिसतात. रंगमंचाच्या मागचा पडदा पारदर्शक होतो.]

बिपिन : कुणास ठाऊक किती वर्षांपूर्वी... या शहरापासून फार दूर... दुसऱ्या एका महानगरात... पाचव्या मजल्यावरच्या गच्चीत... कुमारवर एक अभद्र सावट आलेलं मी पाहिलं होतं... पाहता पाहता त्या सावटानं पुरता घेरला गेला होता तो...

[क्रमशः काळोख]

[अंक पहिला समाप्त]

अंक दुसरा

[कुमारची गच्चीवरची खोली. कुमार पलंगावर झोपलेला. काही वेळाने उठतो. फिरतो. पुन्हा पलंगावर बसतो. उशीखालून सिगरेट काढून पेटवतो. अस्वस्थ सिगरेट ओढत उभा राहतो. मग खोलीत जातो. दिवा विझवतो. झोपतो. खोलीतून बाहेर येऊन गच्चीतला दिवा लावतो. हातात एक कागद. उघडतो. वाचतो. बाहेरून एक वर्तमानपत्राचे पुडके त्याच्या मांडीवर पडते. लगेच गच्चीच्या बाजूच्या इमारतीतली एक खिडकी बंद होते. तिथे दिवा लागतो. दिव्याच्या उजेडात एका मुलीची सावली खिडकीवर दिसते. मुलगी वाचते आहे. कुमार वर्तमानपत्राचा तो गठ्ठा बाजूला फेकतो. हातातला कागद वाचायचा प्रयत्न करतो. परत एक तसेच पुडके येऊन पडते. समोरच्या खिडकीत मुलाचा फक्त हात दिसतो. कुमार पुन्हा वाचण्याच्या प्रयत्नात. बाजूला वहीवर ठेवलेल्या घड्याळाचा गजर होतो. कुमार तो बंद करतो. चावी देतो. खिडकीतून मुलाचा इतिहासाचे पुस्तक मोठ्यांदा वाचायचा आवाज. कुमारचा पुन्हा कागद वाचायचा प्रयत्न. कागद वाऱ्याने उडतो. तो धावत जाऊन पकडतो. पुन्हा पुन्हा वाचतो. कव्हरमध्ये ठेवतो. वही उघडतो. प्रथम बसून मग झोपून वही वाचतो. वाचता वाचता झोपून जातो. हळूहळू सकाळ. आकाशवाणीवर बंगाली बातम्या.

समोरच्या खिडकीतला प्रकाश बंद. जिना चढल्याचा आवाज. बिपिन जिना चढत ओरडतो- कुमाऽऽरऽऽ]

बिपिन : (बाहेरून जिना चढत) दिवा उपडा ठेवून झोपलाय की हा गधडा!
[समोरच्या खिडकीतून ती मुलगी कुमारवर पाणी फेकते. तो झोपलेलाच.]
एकशे एकोणीस... एकशे वीस...
(गच्चीत प्रवेशतो. धापा टाकत.)

कुमार : (उठून) कोण?

बिपिन : एकशे एकवीस... झाले. (दम खातो.)
[कलकत्त्याच्या रेडिओवर बातम्यासारखे काहीतरी.]

कुमार : तुझ्या हातात काय आहे? वाजले किती?

बिपिन : (हातातली वही देत) साडेआठ.

कुमार : साडेआठ! (उठतो) तू आलास तेव्हा लेटर बॉक्समध्ये पत्र दिसलं?

बिपिन : मी नाही पाहिलं. तू केव्हा उठलास?

कुमार : उठलो केव्हाच. कॉटवर पडून विचार करता करता जरा डोळा लागला.

बिपिन : चल तयार हो. यायचं नाही?

कुमार : कुठे?

बिपिन : तू विचार कसला करत होतास?

कुमार : अरे अर्धवट झोपेत कसला आलाय विचार? असाच आपला...

बिपिन : पण कसला विचार? कुणाचा विचार?

कुमार : तसा अमुक कशाचा असा नव्हे रे – थांब मी जरा खाली जाऊन येतो.

बिपिन : पत्र पाहायला? ए अरे ऐक–

कुमार : काय? (बिपिनच्या हातात वही देतो. बिपिन पत्र वाचतो.)
(कुमार खाली जातो.)

बिपिन : काय भानगड आहे कळत नाही...
(वही पाहू लागतो. त्याचीच आहे. ठेवतो. कुमारच्या गादीजवळचे पत्र उचलतो.)
मूर्ख. प्रेमपत्रं कशी ठेवतो.
(कव्हर पाहतो. ठेवतो.)

कुमार : (धापा टाकत) चल जाऊया. मी तयार होतो.

बिपिन : काय झालं? पत्र नाही आलं?

कुमार : चल ना, जाऊ या!

बिपिन : कुणाच्या पत्राच्या एवढी वाट पाहतोयस रे लेका?

कुमार : कुणाच्या नाही.

बिपिन : प्रेमात पडलायंस?

कुमार : अं? म्हणजे?

बिपिन : म्हणजे काय? पोरगी गटवलीयस? पोरगी?

कुमार : इतकं कुठलं आपलं नशीब!

बिपिन : का रे बाबा? बाकी तू फारच हळवा आहेस बघ! तेव्हढंच सालं वाईट आहे. हळवं असलं की त्रास फार.

कुमार : तुला नाही त्रास होत?

बिपिन : मला? होतो की, पण तो वेगळा. त्याची मजा येते.

कुमार : कधीतरी तुझ्याकडून शिकायला हवं बघ.

बिपिन : सोपं आहे. विचार अजिबात करायचा नाही. पत्राची वाट पाहायची नाही. समोर आलं म्हणजेच आपलं मानायचं. गेलं की विसरायचं.

कुमार : साला! (हसतो.)

बिपिन : खरं सांगतो. उगीच गुंतण्यात अर्थ नसतो. पोरी लहान मुला-सारख्या असतात. एक चॉकलेट दिलं की येऊन चिकटतात.

कुमार : सध्या तू कुणाला चॉकलेट दिलंयस?

बिपिन : कुणाला नाही, गळ्या शप्पथ – कुणालाही नाही.

कुमार : सांग ए. खरं सांग–

बिपिन : तू पण फसलास की नाही? कसं ओळखलं?

कुमार : आपल्याला कितीला पोहोचायचंय रे?

बिपिन : कोण आहे ते सांग आधी. कुणाच्या पत्रासाठी एकशेवीस पायऱ्यांवरून उड्या मारत खाली जातोस? आणि नसलं आलं की एवढंसं तोंड करून पुन्हा एकशे वीस पायऱ्या चढून येतोस? कौन है वो?

कुमार : आपण जायचं ना? की नाही?

बिपिन : तुला तुझ्या त्या 'ती'ची शप्पथ आहे बघ! सांगून टाक एकदाचा. पूर्ण अडकलायस की अजून गुंतता 'हृदय' इतकंच आहे?

कुमार : अजून तसंच आहे. (अवघडलेला)
बिपिन : कुठं राहते? 'बोंगाली' आहे?
कुमार : नाही सांगणार. सगळंच कशाकरता हवं तुला?
बिपिन : मस्करी करतोय रे. खरं सांग, बाहेरगांवची आहे?
कुमार : इजिप्तची आहे. नाव क्लिओपात्रा. (हसतो.)
बिपिन : (नाटकी गांभीर्याने) प्रकरण भारी आहे गड्या.
(गांभीर्य टाकून) च्यायला टाळाटाळ करतोस काय? पत्र माझ्यापासून लपवतोस?
कुमार : कुठं लपवतोय? म्हटलं ना, मी प्रेमात आहे. लव्ह. प्लॅटॉनिक लव्ह. गुंतता फक्त 'हृदय'. सगळंच सत्य तुला कशाला हवं?
बिपिन : प्लॅटॉनिकच! ऊं? दुसरी फॅसिलिटी तूर्त नाही?
(बोलता बोलता गच्चीतून खाली पाहतो.)
कुमार, तो बघ पोस्टमन येतोय!
कुमार : (खाली जायला निघालेला) मी आलोच पटकन!
बिपिन : पण पोस्टमन तर सरळ पुढे निघून गेला. या बिल्डिंगमध्ये कुणाचंच पत्र नाही.
[कुमार निराश. बिपिनच्या असण्यामुळे किंचित दबलेला.]
बिपिन : तू तुझ्या प्रेयसीला... 'प्रेयसी' म्हणायचं, पोरगी नाही म्हणायचं. काय?
कुमार : हो. पण मी माझ्या प्रेयसीला काय?
बिपिन : खूप मानतोस? तिला तुझ्याहून फार महत्त्वाची वगैरे समजतोस का? अधूनमधून किस करतोस की नाही?
कुमार : सांगतोय प्लॅटॉनिक आहे म्हणून तर?
बिपिन : एक्झॅक्टली. याचाच अर्थ असा की प्लॅटॉनिक सोडून दुसरं काहीही करणं तू चूक समजतोस.
कुमार : हां!
बिपिन : (ज्योतिषांच्या स्वरात) तुझी प्रेयसी या गावात राहत नाही.
कुमार : नसेल. मग?
बिपिन : कदाचित फार बड्या घरची असावी. किंवा तुझ्याहून वयाने मोठी असेल.
कुमार : ओ हो हो हो!

बिपिन : ती तुला सतत शॉक देत असते. म्हणून तू तिला दबून असतोस. तुझे आणि तिचे संबंध चोरीचे आहेत. जगाला मान्य होतील असे नाहीत. म्हणजेच तुझी प्रेयसी एकतर तुझ्या काका-मामाची मुलगी तरी आहे किंवा लग्न झालेली आहे; आणि... आणि बहुतेक ती तुझी वहिनी आहे.

कुमार : (स्वरात फार जोर नाही) गेट आऊट.

[दोघेही आहेत तसे फ्रिझ. निळा मंद प्रकाश. निशा येते.]

निशा : माझ्या एकटीच्या लाडक्या कुमारा, माझं पत्र तुला मिळेल तेव्हा तू गच्चीवरल्या तुझ्या कॉटवर पहुडलेला असशील. थरथरत्या हातांनी तू माझं पत्र उघडशील. पत्रातून अल्लद उडी मारून मी तुझे गोबरे गोबरे गाल पकडीन. तुझ्या मऊ काळ्या केसात तोंड खुपसून छातीभर श्वास घेईन. तुझ्या तरुण, रसरसत्या शरीराचा हलका, उग्रट गंध मी माझ्या फुप्फुसात खोलवर साठवून ठेवीन. माझा छोटासा, गोड कुमार. माझ्या आयुष्यात देवदूत बनून आलेला तगडा, डौलदार कुमार. लाडक्या, मी तुला कुठे लपवू? या जगापासून दूर – फक्त माझ्यासाठी तुला कुठे ठेवू? तुझं नाव घेतल्यावर माझ्या गालावर फुलणारी लाली... ती कशी लपवू?... वाटतं, तुला माझ्यात लपवून ठेवावं... किंवा एखाद्या छोट्याशा मण्यासारखं गळ्यात बांधून ठेवावं... कायमचं... असा कसा आलास रे तू माझ्या आयुष्यात? माझ्या रुक्ष, कंटाळवाण्या संसारात स्वतःला जखडू पाहत होते मी. का मला मोहवलंस? माझ्या मांडीवर खेळत, बागडत अचानक माझा स्वामी कसा झालास? आणि आलास तो पण कसा? एखाद्या दैवी शक्तीसारखा. कुमार तू 'तू' आहेस आणि मी 'मी' आहे. तुझं आयुष्य तुझं आहे. माझ्याहून फार वेगळं आहे. स्वतंत्र आहे. पण कुमार माझं आयुष्य फक्त तुझं आहे. मी फक्त तुझी आहे. तुझी एकट्याची. लाडक्या, मला विसरू नकोस. मला कधीही फसवू नकोस. मी म्हातारी झाले तर मला टाकून देऊ नकोस. मला तुझी कर राजा, कायमची... मला मिठीत घे. सतत माझ्या जवळ जवळ राहा. माझा श्वास तुला स्पर्श करील

इतक्या जवळ. खूप जवळ. माझे डोळे मिटतील तेव्हा माझ्या पापण्यात सामावून जा तू कुमार... माझ्या लाडक्या...
[प्रकाश जातो. निशा अदृश्य. पुन्हा पूर्ववत प्रकाश.]

***

[बिपिन आणि कुमार. दुसरा दिवस.]

बिपिन : आणि पेपर नंबर पाचच्या नोटस्? (आक्रमक)

कुमार : नाही केल्या.

बिपिन : का? पत्र वाचण्यामध्ये वेळ नाही मिळाला? रात्री दोन दोन वाजेपर्यंत वहिनीला पत्र लिहायला वेळ असतो नाही रे तुला?

कुमार : ओरडू नकोस.

बिपिन : तुला परीक्षेला बसायचंय की नाही?
[पोस्टमन येतो. एक्सप्रेस डिलिव्हरीचं पत्र देतो. कुमार ते घेऊन गादीखाली ठेवतो.]
तू दिवसेंदिवस वाया जात चाललायस कुमार!

कुमार : तुला काय त्याचं?

बिपिन : तुझी वहिनी तुला रोज दहा-दहा पानी पत्र लिहिते. एक प्रेमाने ओथंबलेलं, दुसरं रागाने खदखदणारं, खरं की नाही?

कुमार : तू घरी जा. मला अभ्यास करायचाय.

बिपिन : तुझी वहिनी तुला खेळवतेय वेड्या. कागदी प्रेम आहे कागदी. तुम्ही दोघंही एकमेकांना संपवताय. सगळं फुकट आहे.

कुमार : दोन माणसं एकमेकांना आवडली आणि त्यांनी एकमेकांना पत्र लिहिली तर त्यात एवढं आरडाओरडा करण्यासारखं काय आहे रे?

बिपिन : तुझी करिअर रखडतेय मूर्खा.

कुमार : प्रेमात पडणं हा काय गुन्हा आहे? प्रत्येकाच्या आयुष्यात अशा गोष्टी कधी ना कधी घडतातच.

बिपिन : तू त्या समोरच्या, वर्तमानपत्राचं पुडकं फेकणाऱ्या पोरीच्या प्रेमात पडला असतास तर तुला शाबासकी दिली असती मी... पण—

कुमार : समोरची मुलगी?

बिपिन : का? तुला ती खिडकीतून खुणा करत नाही? रोज पहाटे?

कुमार : तुला कसं कळलं?

बिपिन : आयला, मला कसं कळलं? तू रोज पहाटे उठतोस हे मला माहीत नाही? आणि रोज सकाळी ते बंगाली पेपर तुझ्या गच्चीत मला दिसतात ते काय देव टाकतो वरून?

कुमार : माझं मन दुसऱ्या कुठल्या पोरीवर जाणं शक्य नाही.

बिपिन : दुसऱ्या कुठल्या पोरीकडे स्त्री म्हणून पाहिलंयस कधी? तुझी वहिनी तुझ्या आयुष्यातली पहिली. तिच्यासाठी किती झुरतोस ते पाहतोय मी.

[पत्र घेऊन कुमार खोलीत जातो. दरवाजा लावतो. बिपिन गच्चीतून एकदाच ओरडून त्याच्याशी बोलतो.]

बिपिन : पत्रात काय लिहिलंय?

कुमार : काही नाही. तू घरी जा.

बिपिन : या महिन्यात तुझा दादा येणार आहे त्याच्याबरोबर येणाराय की नाही, तुला भेटायला?

कुमार : तू घरी जा. मला उगाच भडकवू नकोस.

[बिपिन खोलीचा दरवाजा ढकलून खोलीत जातो.]

बिपिन : हर्षद तर दिल्लीहून येणाराय ना? मग ती एकटीच निघणार असेल मुंबईहून?

कुमार : हो. (खोलीतून बाहेर येतो. बिपिन त्याच्या मागे.)

बिपिन : इथंच उतरणाराय?

कुमार : नाही. माझ्या काकाकडे.

बिपिन : हो का? मग तुला म्हणणारच असेल लाडे लाडे, 'कुमार, मला तुझी गच्ची नाही दाखवणार?'

कुमार : मला माहीत नाही.

बिपिन : कुमार चल ना. मला तुझी खोली दाखव ना. तुझी गादी दाखव ना–

कुमार : (ओरडत) मला माहीत नाही.

[अंधार.]

[निशा, कुमार जिन्याने वर येतात.]

निशा : (बाहेरून) ओ हो. एकशे एकोणीस, एकशे वीस... एकवीस... ए किती उंचावर राहतोस रे तू?

कुमार : (बाहेरून खोलीचं कुलूप काढत) मी जरा कुलूप काढतो. (बावरलेला.)

निशा : (गच्चीत येत) इथून हावडा ब्रिज दिसतो?

कुमार : हो आणि या बाजूला ऑक्टरलॉंचं मॉन्युमेंट-

निशा : कलकत्त्याच्या या भागाला काय म्हणतात रे?

कुमार : सेंट्रल कलकत्ता. (अजूनही खोलीतूनच) पाणी पाहिजे?

निशा : नको. इथून नदी दिसते नदी?

कुमार : (बाहेर येत) नाही, नदी नाही दिसत. मला हावडा ब्रिज आणि नदीबद्दल नाही बोलायचं.

निशा : ओहो. रुसला माझा कुमार राजा कुमार, कुमार- (स्पर्श करते.) इकडे बघ. माझ्याकडे बघ-
[तिच्या स्पर्शाने शहारलेला. तरी फुरंगटल्यासारखा बसून.]

निशा : कुमार - ए कुमार - माझ्यावर रागावलास? कुमार माझी शप्पथ आहे तुला, रागावलास तर. इतके दिवसांनी भेटतोय ते काय असा एकमेकांशी अबोला धरायला?

कुमार : वहिनी तू-

निशा : ऊं हूं - वहिनी नाही, निशाच. निशा म्हण मला.
[स्पर्शाने संकोचलेला कुमार दूर जायला पाहतो. जाऊ शकत नाही.]

कुमार : निशावहिनी...

निशा : तुला आवडते मी कुमार?

कुमार : (आवेगाने तिचे दोन्ही हात पकडून ओठांना लावतो. मग मानेने) हो.

निशा : तर मग पत्रात खोटं खोटं का लिहितोस?

कुमार : (नजर टाळीत) तुम्ही - तू पण किती वरवरची, कोरडी पत्रं लिहीत होतीस.

निशा : कुमार, तू मला आवडतोस ना, तितकाच दुसऱ्या कुणा मुलीला आवडायला लागलास, तर माझं काय होईल?

कुमार : या जन्मात शक्य नाही.

निशा : एकदा निशा म्हण ना मला... फक्त एकदा...

कुमार : निशा...

निशा : कुमार मी तुझी आहे - फक्त तुझी...

कुमार : मग पत्रात का लिहीत होतात – होतीस की मी नुसतं मनात आणलं तर शंभर कुमार धावून येतील म्हणून?

निशा : ती मस्करी रे –

कुमार : अशी मस्करी परत कधी करू नका – नको. माझा जीव जातो.

निशा : आणि तू जीव द्यायच्या धमक्या कुणाला देत होतास रे पत्रातून?

कुमार : धमक्या नाही. खरोखरच देणार होतो जीव. तुम्– तुझं एक्सप्रेस पत्र मिळालं नसतं तर!

निशा : खरं सांगते कुमार, एक वर्ष झालं... मी हर्षदला स्पर्शसुद्धा करू दिला नाहीये माझ्या अंगाला. मी तुझी आहे. फक्त तुझीच. तू माझा. होय ना?

कुमार : खरं सांगतेयस तू?

निशा : खोटं वाटतं तुला?

कुमार : किती गोष्टी खोट्या सांगतेस?

निशा : ते सगळं फार जुनं झालं. आपण मागचं सगळं विसरून जायची शप्पथ नाही का घेतली?

कुमार : तुझा हात पाहू?

निशा : तू माझा हात पाहा, मी तुला पाहते.

कुमार : (तिचा हात हाती घेऊन) हार्ट लाइन खूपच स्ट्राँग आहे–

निशा : (त्याच्या एकामागोमाग थोबाडीत मारते) मूर्ख! बेअक्कल! ओह... मला झालंय काय... कुमार मी जन्मभर कुणासाठी जगू? कुमार... अनेकदा इतकी वेड्यासारखी वागते मी... वाटतं कुणाला सांगावं... सांगावं की मला मारा, झोडा, माझे हाल हाल करा, कायमची अपंग करून टाका एकदाची मला!

कुमार : (दूर जात) कुणी प्रेम करावं अशी लायकीच नाही माझी.

निशा : तुझा गाल किती लाल झालाय कुमार. सॉरी.

कुमार : तुझ्याशिवाय दुसऱ्या कुणालासुद्धा माझ्या आयुष्यात येऊ द्यायचं नाही मला. कुणालासुद्धा. तुझ्या मनात असतं ते तू न सांगताच कळतं मला. तुझ्यापासून काहीसुद्धा लपवणं नको वाटतं!

निशा : कुमार, तू तरुण आहेस. मी तर आताच म्हातारी होऊ लागलेय. आणखी थोड्या वर्षांनी माझ्याकडे पाहूदेखील

शकणार नाहीस तू. मग तुझ्या आयुष्यात कुणीतरी नवं माणूस येईल. एखादी तरुण, सुंदर मुलगी. मला विसरशील मग.

कुमार : नाही, बघ तू वहिनी – वेळ आली की कळेल तुला. मी कुणा दुसऱ्या बाईकडे पाहूसुद्धा शकत नाही.

निशा : (हलके) कुमार–

कुमार : काय?

निशा : तुझ्याकडे एक भीक मागू?

कुमार : मला रडवणार आहेस वहिनी?

निशा : माझा – माझ्या एकटीच्या कुमार... राजा... तू दुसऱ्या कुणाचा होण्याआधी... एकदा तरी... एकदा तरी माझा हो... सर्वस्वी माझा... फक्त माझा...
(आवेगाने भरलेली. धावत खोलीत जाते.)

कुमार : निशा - निशा बाहेर ये ना - निशा -

निशा : (दरवाजातून) कुमार... कुमार प्लीज... कुमार मला एकदाच पटवून दे की तू माझा आहेस म्हणून. फक्त एकदाच... एकदाच माझ्या कानात सांग की मी सगळी तुझी आहे... कुमार...
(त्याच्या दिशेने हात पसरते.)

कुमार : (स्वप्नात असल्यासारखा) निशा...
[हळूहळू तिच्याकडे खेचल्यासारखा जातो. प्रकाश कमी होत जातो. कुमार खोलीत पोहोचतो. दरवाजा बंद. अंधार.]

[प्रकाश येतो. बिपिन आणि कुमार गच्चीत पीत बसले आहेत.]

बिपिन : मग?

कुमार : मग काही नाही.
निशाचे हलक्या स्वरातले शब्द ऐकू येतात :
[''कुमार माझा संसार जाळू नकोस...
हे तुझं-माझं गुपित तुझ्यापाशी ठेव कुमार...'']

बिपिन : केव्हा जाणाराय?

कुमार : दादाबरोबर.

बिपिन : दादा आले?

कुमार : कलकत्त्यात कालच रात्री आला. आज इथे येणाराय. त्याला तुला भेटायचंय.

बिपिन : मी निघतो. मग येईन.

कुमार : जाऊ नकोस बिपिन.

बिपिन : मला थांबणं शक्य नाही.

कुमार : मला तुझ्याशी खूप बोलायचंय.

बिपिन : मला जास्त ऐकायचं नाही. तुझं लफडं तुझ्याजवळच असू दे.

कुमार : दादाला तुझ्याशी धंद्याबद्दल बोलायचंय.

बिपिन : त्याला मी भेटेन नंतर.

कुमार : पण तुला जायचंय कुठे एवढ्या घाईने?

बिपिन : कुठेही. मला तुझ्या ह्या वहिनीचं थोबाड पहायचं नाहीय.

कुमार : पण मी? मी तुझं काय बिघडवलंय?

बिपिन : इथल्या घाणीत जीव गुदमरतोय माझा.

कुमार : मला एकट्याला सोडून जाऊ नकोस. मला माझाच भरवसा वाटत नाही रे–

बिपिन : का? वेडा होणार आहेस? की आत्महत्या करणार आहेस?

कुमार : बिपिन, तू एकदम असा का वागायला लागलायस माझ्याशी?

बिपिन : सांगितलं ना, तुझ्याकडून त्या भयंकर बाईचे गोडवे ऐकत बसायला वेळ नाही मला.

कुमार : छी... साला... व्यर्थ आहे सगळं... व्यर्थ आहे.
(एकटक आकाशाकडे पाहत राहतो.)

बिपिन : अभ्यास कर गाढवा अभ्यास कर. नाहीतर तोंड दाखवायला जागा राहणार नाही. तुझ्या भावाने शिकायला पाठवलाय तुला. वहिनीशी प्रेमाचे चाळे करायला नाही.

कुमार : बिपिन, साला शिकण्यात काय अर्थ आहे? कॉलेजमध्ये जाऊन माणूस शिकतो. काय शिकतो? दुनियेतली एवढी पोरं आयुष्याची महत्त्वाची वीस-वीस वर्षं शिकण्यात फुकट का घालवतात?

बिपिन : बरोबर आहे. सोड तू शिकणं. सोड आणि प्रेम करत बस. फुलटाइम. (जायला निघतो.)

कुमार : फुकट आहे सगळं... बिपिन, थांबव ना, प्लीज. बस तर.

बिपिन : फुकट आहे, व्यर्थ आहे असं पुन्हा पुन्हा बोलून आयुष्यात अर्थ येणार नाहीय.

कुमार : मिडास नावाचा राजा होता बिपिन. त्याला एक वरदान होतं... तो ज्याला हात लावायचा ते सगळं सोन्याचं व्हायचं.

बिपिन : (कपाळावर हात मारत) म्हणजे तू मिडास राजा!

कुमार : जे जे माझं म्हणतो ना, ते ते माझ्यापासून हिरावलं जातं. बिपिन, जीवनाचा खरा अर्थ काय रे? आपण कुणाचे होऊ शकत नाही, कुणी आपलं होऊ शकत नाही असल्या जीवनाला अर्थ काय?

बिपिन : मला माहीत नाही. माझं, आपलं, आमचं. हा सगळा साला मूर्खपणा आहे.

कुमार : तुला मी पण मूर्ख वाटतो?

बिपिन : मूर्ख नव्हतास. आता तुला कुठल्यातरी महामायेने पछाडलंय. चेटूक झालंय तुझ्यावर.

कुमार : म्हणून का तू मला असंच सोडणार?

बिपिन : जाणूनबुजून कुणी आडात उडी मारत असेल तर त्याला थांबवायचा प्रयत्न कशासाठी?

कुमार : मला शिकण्याचा, खाण्यापिण्याचा, सगळ्याचा कंटाळा आलाय.

बिपिन : मग आता मर.

कुमार : माणसाची जात महास्वार्थी...

बिपिन : तुला झालंय काय कुमार? मला तुझी खरंच काळजी वाटते. त्या लग्न झालेल्या प्रौढ बाईच्या प्रेमात पडून तुला वेड लागणार आहे, वेड.

कुमार : मी काय करू बिपिन?

बिपिन : शुद्धीवर ये. मूर्खा, उद्या तुझी वहिनी तुला विसरून जाईल. आणि परवा तुला ती काळी होती की गोरी हेदेखील आठवणार नाही. पास हो. परदेशी जा. सगळं व्यवस्थित होईल.

कुमार : मी पास झालो तर त्यात तुझा काय फायदा?

बिपिन : (उठून जायला निघतो.) मी जातो. तुझा वेडेपणा बघत बसण्यापेक्षा फार महत्त्वाची कामं आहेत मला.

कुमार : बिपिन – (त्याला पकडून थांबवतो.) मी पाप केलंय...

बिपिन : मग आता पुण्य कर.

कुमार : माझं बोलणं निदान ऐकून तरी घे.

बिपिन : मी चर्चमध्ये असतात तसला धर्मगुरू नाही. धर्मगुरूकडे जाऊन त्याला ऐकव हा तुझा पापाचा पाढा. (जातो.)

कुमार : बिपिन, आवजो – (स्वतःशी) व्यर्थ आहे साला... लाइफ इज पॉइंटलेस...

[अंधार]

[निशा गदगदा हसत असताना प्रकाश येतो.
बिपिन, हर्षद, निशा आणि कुमार बसलेले. संध्याकाळ.]

निशा : ओ! तू बिपिन का? हर्षद तुझी इतकी स्तुती करत असतो की मलासुद्धा तुझा हेवा वाटायला लागलाय.
(हस्तांदोलन करते.)

बिपिन : फार आनंद वाटला आपल्याला भेटून.

हर्षद : ही माझी बायको निशा. कुमारला हिनेच लहानाचा मोठा केला.

बिपिन : हो का?

निशा : हो. मी लग्न करून आले तेव्हा कुमार एवढा होता. उठसूठ इतक्या मोठ्यांदा रडायचा! आणि कुणी चूप म्हटलं की आणखी जोरात रडायचा. (हसते.)

हर्षद : काय कुमार, अभ्यास काय म्हणतो?

कुमार : चाललाय.

हर्षद : परीक्षा कधी?

कुमार : पुढच्या महिन्यात.

हर्षद : जोरात अभ्यास करतोयस ना? बिपिन आमच्या कुमारवर जरा लक्ष ठेव.

बिपिन : ऑफकोर्स!

निशा : लहानपणी रडूबाई असला म्हणून काय झालं? अभ्यासात शूरवीर आहे आमचा कुमार. (हसत) दरवेळी रिझल्ट लागल्यावर असा चेहरा करायचा की पाहणाऱ्याला वाटावं नापासच झालाय. तसाच आहे अजून.

बिपिन : फारच सेंसिटिव्ह आहे तो.

निशा : सात वर्षं प्रत्येक रिझल्टला हेच चाललंय.

बिपिन : सात वर्षं झाली तुमच्या लग्नाला?

निशा : (हसत) विश्वास नाही ना बसत? सगळ्यांना वाटतं की मी हर्षदची दुसरी बायको आहे.

बिपिन : खरंच... तुम्ही फिगर छान राखलीय.

निशा : तुम्हाला काय वाटतं? माझं वय काय असेल?

हर्षद : (हसत) मिलियन डॉलर क्वश्चन!

बिपिन : वय काहीही असो. दिसता मात्र तुम्ही आमच्या वयाच्या.

निशा : (मूडमध्ये येऊन) खरंच... आम्ही तिघं फिल्म बघायला जातो ना, तेव्हा सर्वांना वाटतं की मी याची बायको. (कुमारकडे निर्देश) मी - म्हणजे - याचीच - ही - आहे. कुणाला काय वाटेल, नेम नाही.

बिपिन : खरं आहे.

निशा : तुला आठवतं हर्षद, त्या दिवशी पल्लवी आली होती आणि मला म्हणाली होती, तुझा नवरा केवढा पोरगेला आहे म्हणून!

हर्षद : पल्लवी म्हणजे मागच्या वर्षी आलेली तुझी क्लासमेट?

निशा : हो. मी म्हटलं माझा नवरा? पोरगेला? (हसते.)
मग लक्षात आलं की ती याला-कुमारलाच-माझा नवरा समजली. (हर्षदला मौज वाटते आहे.)

बिपिन : मग तुम्ही काय म्हणालात?

निशा : मी म्हटलं छट् अग असा पोरीसारखा नाजूकसाजूक माझा नवरा! (हसते.)

बिपिन : पण इथे तर कुमारच्या मागे खूप पोरी लागतात. ती बाजूच्या इमारतीतली बंगालन तर रोज भल्या सकाळपासून याला इशारे करत असते. एक दिवस चुकत नाही.
(निशाचा चेहरा पडतो.)

निशा : तसं काय, कुणालाही – (पुढे न सुचून थांबते.)

बिपिन : (मजेत) ती बाजूची बंगालन मला नेहमी कुमारची 'खबरबात' विचारत असते. म्हणते हा तुमचा मित्र फार वाईट आहे.

हर्षद : वाईट म्हणजे?

बिपिन : कॉलेजमध्ये काही विचारायला गेलं तर उत्तर देत नाही. तोंड फिरवून निघून जातो. (हर्षद, निशा हसतात.)

हर्षद : काय कुमार, बंगालनीचा विषय निघाल्याबरोबर असा गप्प का?

कुमार : माझं – माझं डोकं दुखतंय.

निशा : (बिपिनला) अहो, पण तुम्ही माझं वय सांगितलंच नाही!

बिपिन : नाही बुवा सांगता येणार. पण तुमच्या कॉलेजचं नाव सांगतो.

निशा : सांगा बघू.

बिपिन : तुम्ही मुंबईतच शिकलात ना?

निशा : येस ऑफकोर्स! तुम्ही मुंबईला होतात?

हर्षद : (कुमारला) बरं वाटत नाही तर काही औषध घेतलंस का?

कुमार : नाही. घेईन आता.

बिपिन : (निशाला) हॉस्टेलमध्ये राहत होतात तुम्ही?

निशा : करेक्ट कसं कळलं?

बिपिन : मार्लब्री गर्ल्स होस्टेल?

निशा : हाऊ एक्सायटिंग! तुम्हाला कसं कळलं पण?

बिपिन : (स्वत:शीच) कळलं. पण बरोबर आहे ना?

निशा : ओ आय हॅव गेस्ड इट नाव!
(त्याच्या डोळ्यात डोळे घालून) मार्लब्रीची कुठलीतरी पोरगी हैराण करून गेलीय, खरं ना? (डोळे मिचकावते.)

बिपिन : यू गेस्ड इट!

निशा : कोण होती? आय लव्ह गॉसिप सम टाइम्स, यू नो! कोण होती?

बिपिन : नाही नाही तसं काही नाही.

निशा : कुमार तुला बाहेर जायचंय का? चुळबुळतोयस म्हणून म्हटलं. नाहीतर तू आत जाऊन अभ्यास कर जा. जा बेटा... मुलांनी मोठ्यांच्या गप्पा ऐकू नयेत. (हसते.)

हर्षद : खरं म्हणजे आज मला कुमारच्या गप्पा ऐकाव्याशा वाटतायत. (खट्याळप्रमाणे) काय कुमारसाहेब, कुणावर प्रेमबिम केलंय की नाही अलीकडे? का सारखा आपला मान मोडून पुस्तक वाचत बसतोस? तुला आता सांगून तितकंसं कळणार नाही, पण आमचं कॉलेज लाइफ मोठं मजेचं होतं.

बिपिन : अच्छा?

हर्षद : एक पोरगी होती – शैला नाव तिचं. तिला मी–
[जवळ येऊन बिपिनच्या कानात कुजबुजतो. बिपिन हसायचं म्हणून हसतो. हर्षदचा गडगडाट.]

बिपिन : आणि निशावहिनी, तुम्ही?

हर्षद : ही तर खूप उशिरा भेटली. आमचं काही लव्ह मॅरेज नव्हे हो. (हसतो) सरळ, साधं ॲरेंज्ड मॅरेज आहे. पण बाकी ती आधीची मुलगी म्हणजे... ओह्... क्या बात...

बिपिन : तुम्ही म्हणता एवढी नसेल...

हर्षद : नसेल? यू शुड हॅव ओन हर! भल्याभल्यांना फिरवत होती. पण मला भेटल्यावर म्हणायला लागली –

कुमार : मी आत जाऊन वाचतो. (उठतो.)

निशा : (हात पकडून मदरली) काय झालं रे असा मूड जायला?

कुमार : डोकं – माझं डोकं दुखतंय.

निशा : चेपून देऊ का येऊन?

कुमार : (हात सोडवून घ्यायचा प्रयत्न) नको नको – मी –

निशा : (हर्षद आणि बिपिनला) असं करा, तुम्ही दोघं बसा बोलत. पोरींबद्दल... हा हर्षद इतका रोमँटिक आहे म्हणून सांगू बिपिन–
(हर्षदला चापटी मारते. कुमारला–)
चल बेटा!
[कुमारला घेऊन निशा आत जाते. इथून पुढे हर्षद आणि बिपिन यांचा गच्चीत आणि निशा आणि कुमार यांचा खोलीत बेडवर असे दोन संवाद होतात. खोलीत संवाद चालू तेव्हा गच्चीत मंद प्रकाश आणि माइम. गच्चीत संवाद चालू तेव्हा खोलीत मंद प्रकाश आणि माइम. दोन्ही जागा सहज बोललेलं ऐकू जाणार नाही इतक्या दूर अंतरावर.]

निशा : (कुमारला थोपटते. त्याच्या अंगावरून हात फिरवते. त्याचा हात आपल्या मानेवर, ओठावर फिरवते. डोळे मिटून.) कुमार... कुमार...

कुमार : मला झोपू दे–

निशा : त्रास होतो राजा?

कुमार : कशाला नाटकं करतेस?

निशा : नाटकं नाहीत कुमार... तुला माहीत आहे माझ्यावर कुणाची मालकी आहे. मी तरी काय करू?

कुमार : फक्त बारा तासात एवढा बदल. बारा तासांपूर्वी म्हणत होतीस की तू माझी आहेस... फक्त माझी... तेव्हा नव्हती कुणाची मालकी तुझ्यावर?

निशा : माझ्याशी असा का वागतोयस कुमार? बारा तासांत इतका परका झालास?

कुमार : फुकट आहे सगळं...

निशा : कुमार...

कुमार : आता या घटकेला दादाच्या बायकोच्या भूमिकेत आहेस तू.

निशा : खरं काय ते तुला नि मला ठाऊक राजा!

कुमार : तू हर्षदची आहेस आणि बिपिनची.

निशा : काय म्हणतोयस तू कुमार?

कुमार : बिपिनच्या अंगाशी वाटेल तसं खेळणं दादाच्या बायकोच्या भूमिकेत बसतं का?

निशा : कुमार, मला समजून घ्यायचा तर—

कुमार : मला नाही करायचा प्रयत्न. तू ॲक्टिंग करतेस ॲक्टिंग. तुला एक मालक पुरत नाही कुशीत घ्यायला... हवा तेव्हा वापरायला. तुला एक पुरुष नावाचं खेळणं हवं. नको झालं की दिलं फेकून. बिछान्याची ऊब कायम कशी राखावी एवढी एकच काळजी तुला!

निशा : कुमार!

कुमार : या मिनिटाला ॲक्टिंग चाललंय निष्पाप बाईचं. भूमिका नंबर किती?

निशा : तू काय बोलतोयस कुमार?

कुमार : बतावणी करू नकोस. तुला काही वाटत नाही आहे मी बोलतोय त्याचं. हा खेळ अनेकदा खेळली असशील तू. पुढेही खेळत रहाशील. माझ्या भावाच्या आयुष्याची नासाडी करून झाली. आता माझा बळी घ्यायचाय.

निशा : असं प्लीज बोलू नकोस कुमार! प्लीज — मला तुला काही सांगायचंय!

कुमार : मला नाही ऐकायचं.

निशा : माझी दया नाही येत तुला?

कुमार : तुला आयुष्यात फक्त थ्रिल हवंय. मी नाही मिळालो तर दुसरा कुणी कसा मिळवायचा हे तुम्हाला पक्कं ठाऊक आहे. कदाचित उद्या बिपिनलासुद्धा मिळवशील.

निशा : कुमार, जास्त बोलण्याआधी माझं थोडं ऐक. फार महत्त्वाचं आहे ते. एकदाच ऐक. मग पाहिजे तर मारून टाक मला. माझे तुकडे तुकडे केलेस तरी हरकत नाही.

कुमार : मला नाही ऐकायचं.

निशा : कुमार मला फक्त तुझाच आधार आहे. तुझाच–

कुमार : बस्स झालं ढोंग तुझं.

निशा : कुमार, प्रेम मोजायचं एखादं मीटर असतं का रे?

कुमार : मीटर हवं? डोळे असतात ना. डोळे खरं बोलतात.

निशा : मग माझे डोळे काय बोलतात तुझ्याशी? माझे डोळे नाही सांगत तुला माझं तुझ्यावरचं अतोनात प्रेम? तुझ्याशी ढोंग करून काय मिळणार मला कुमार?

कुमार : एक थ्रिल! एक चोरटा अनुभव. आणखी एक शिकार मिळाल्याचा विजयी आनंद.

निशा : का असं टोचून बोलतोयस?

कुमार : तू जा ना. बस तुझ्या नव्या, होऊ घातलेल्या शिकारीशी खेळत!

निशा : म्हणून एवढा चिडलायस? हर्षद माझा नवरा आहे कुमार.

कुमार : काय करील? अग्नीला साक्ष ठेवून घरात आणलंय त्यानं...

निशा : कुमार... (हात पकडते) आपण इथून कुठेतरी दूर पळून जाऊया? अं?

कुमार : तू जा. दुसरा कुणी मिळेल. बिपिन! यू विच!

निशा : तुझ्या पाया पडते मी कुमार!
[समोरच्या भागात हर्षदचे जोरात हसणे. बिपिनचे दबलेले हसणे.]

बिपिन : अच्छा? मग तुम्ही काय केलंत?

हर्षद : काय करणार? त्या काळात बाईला घेऊन समुद्रावर जाऊन नुसतं बसणंसुद्धा धाडसाचं काम होतं.

बिपिन : धाडसाचं काम?

हर्षद : तर? खांद्यावर असा हात ठेवता आला तरी लढाई मारल्यासारखं!

बिपिन : अच्छा?

हर्षद : साला तीन-तीन तास नुसतं हात चोळत बसून राहायचं. संधी मिळताच खांदा. खांद्यावरचा हात पाठीवर सरकवण्यातच दोन तास जायचे.

बिपिन : (हसतो) कमाल आहे.

हर्षद : तर समुद्रावर मला म्हणाली, आपण पळून जाऊया. मी म्हटलं जाऊया.

बिपिन : पुढे?

हर्षद : तर म्हणाली पळून जाऊन लग्न करूया.

बिपिन : मग?

हर्षद : मी म्हटलं पळूनच जावं – म्हणून गेलो पळून गावाला. एकटाच.
(जोरात हसतो.)

बिपिन : एकटेच? (हसत) मग परत भेटली की नाही ती?

हर्षद : ती कसली सोडते? पुढे मग म्हणायला लागली. माझ्याशी नाही करायचं तर दुसऱ्या कुणाशी तरी कर लग्न. पण लग्न कर एकदाचा.

बिपिन : दॅट्स ग्रेट!

हर्षद : अरे ॲब्सल्यूटली ग्रेट, मी म्हणालो की मी लग्न केलं. पुढे काय?

बिपिन : एक्झॅक्टली... लग्न दुसरीशी करायचं, मग हिचं काय?

हर्षद : तर म्हणाली आपण मैत्री ठेवूया...

बिपिन : हां!

हर्षद : आणि वर म्हणाली, दुसरीशी लग्न करायच्या आधी एकदा तू माझा हो. एकदाच. मला तुझ्या आयुष्यातली पहिली स्त्री व्हायचंय.

बिपिन : पहिली स्त्री?

हर्षद : आता साला तिला सांगणार कसं की आमच्या आयुष्यातली पहिली स्त्री वयाच्या अठराव्या वर्षीच आम्हाला भेटली होती म्हणून?

बिपिन : मग डिड यू ओब्लइज हर हर्षदभाई?

हर्षद : आयुष्यात भेटलेल्या पोरींची लाइन लावायची ना, तर चर्चगेटपासून विरारपर्यंत लागेल!

बिपिन : मग तिचं काय केलं तुम्ही? तिचं ऐकलंत? (पुढचे सर्व माइम.)

[मागे खोलीत निशा हमसून रडते आहे.]

कुमार : रडू नकोस निशा–

निशा : इथून सगळंच संपलं. हर्षदच्या आयुष्यात आलेल्या अनेकातली मीही एक. ही जाणीव कायम सलत राहिली. मी फक्त लग्नाची, देवा-ब्राह्मणांच्या अनुमतीने बिछान्यात आणलेली, एवढाच काय तो फरक.

कुमार : लग्नानंतर पण तो असाच वागत राहिला?

(निशा होकारार्थी मान हलवते.)

कुमार : आणि तू...?

निशा : आणि मी माझ्यापरीने त्याच्यावर सूड घेत राहिले. (बराच वेळ स्वतःच्या तंद्रीत) कुमार... कुमार मला एकदाच सांग तू माझा आहेस म्हणून. माझा एकटीचा. सांगशील? मला म्हण, तू माझी आहेस... म्हण की मी तुझी पहिली प्रेयसी आहे... अगदी पहिली... (माइम.)

[बाहेर गच्चीत बिपिन आणि हर्षद]

हर्षद : आणखी एक मुलगी होती – सिंधी.

बिपिन : आणि ती आधीची?

हर्षद : ती पंजाबी होती. पंजाब सिंध गुजरात मराठा...

बिपिन : द्राविड... उत्कल... बंगाल... (हसतो.)

हर्षद : (हळूच) बंगालन नाही मिळाली अजून कुणी.

बिपिन : (मोठ्यांदा – आसपासच्या इमारतींकडे पाहत.) अरे कुणी बंगालन आहे काय (माइम.)

[खोलीत निशा आणि कुमार]

कुमार : प्लीज निशा, तुला ठाऊक आहे, मी तुझ्याशिवाय जगू शकत नाही. मला दुसरं जगणं उरलं नाहीय!

निशा : मग म्हण एकदाच, तू मला क्षमा केलेयस म्हणून... सांग तू रागावला नाही आहेस म्हणून!

कुमार : मी तुझाच आहे – फक्त तुझा. तुझ्यावर रागावून मी कुठे जाऊ?
[मग खोलीत व गच्चीत एकदम चौघांचे हास्य]
[जिन्यावरून अमर आणि सुधाच्या कुमारला हाका. उड्या मारत केतन वर येतो. कुमार, निशा बाहेर येतात. सगळे एकदम बोलतात.]

कुमार : अरे केतन, अमर, सुधावहिनी? अचानक इथे कसे?

हर्षद : (अमरला) यू स्काउंड्रल! ख्रिसमस इन कलकत्ता!
(अमरच्या पोटात लटका गुद्दा मारतो.)
हाय सुधा.
(सुधाला टपली मारतो.)

निशा : सुधा! व्हॉट ब्रिंग्ज यू हिअर? कधी आलात? दारू प्यायला आलात ना? बदमाश... (हसते.)

अमर : अरे यार हैराण झालो. तू भेटशील की नाही माहीत नव्हतं. पण कुमारबरोबर प्यायचं असं ठरवलं.

सुधा : (निशाला) अगं सकाळपासून तडफडतोय हा. विमानातून उतरल्यापासून नुसता शोस पडलाय.

केतन : (कुमारला) यार तुझं पत्रच नाही. म्हटलं मेलाबिलास की काय?

हर्षद : (कुमारला) यू फूल, उभा का? ग्लास आण पळ... आहेत का नाहीत?

कुमार : (बिपिनला) हा माझा दोस्त केतन. केतन, हा माझा इथला जिगरी दोस्त बिपिन.

निशा : (हसत) माझा लेटेस्ट बॉयफ्रेंड. (बिपिन तिला फ्लाइंग किस देतो.)

कुमार : बिपिन, हा अमर आणि ही सुधावहिनी हर्षददादाचे मित्र.

निशा : आय लव्ह सरप्राईझेस... अमर, डार्लिंग, तुझ्या डोक्यात इथं येण्याचा इतका भन्नाट विचार कसा आला? हाऊ नाइस ऑफ यू टु!

बिपिन : ग्लॅड टु मीट यू. मी निघतो!

अमर : बैठो यार – चाललास कुठे?

बिपिन : तुम्ही पण बिझनेस करता?

[दोघे बोलत बसतात. सगळ्यांचे एकदम ऐकू येणारे बोलणे.]

हर्षद : (केतन, सुधाला) मला कल्पनाच नव्हती तुमच्या इथे येण्याच्या प्लॅनची. उतरला आहात कुठे?

[तिघे एकत्र बसतात—बोलतात.]

निशा : (कुमारला एकीकडे) पुन्हा रुसलं बाळ?

कुमार : लेटेस्ट बॉयफ्रेंड काय? माझा नंबर कितवा?

निशा : ओ गॉड! कुमार! असं एवढ्या तेवढ्यावरनं—

कुमार : माझ्याशी बोलू नकोस.

निशा : (विनोदाने) पण बोलण्याशिवाय दुसरं काही केलेलं तुला आवडत नाही.

कुमार : म्हणजे?

निशा : म्हणजे मी ज्याच्यावर जिवापाड प्रेम करतेस तो माझा प्रियकर ना, 'हा' आहे — षंढ!

[कुमारचा चेहरा पडतो. इतरांच्या गप्पा रंगलेल्या. बिपिन फक्त हे ऐकतो आहे.]

निशा : (इतरांना) कमॉन एव्हरीबडी— लेट्स गेट ड्रिंक! आय वाँट टु गेट ड्रिंक— डेड ड्रंक रिअली!

(दारुड्यासारखी झोकांड्या खाते.)

माझा एक हात माझ्या एका बॉयफ्रेंडच्या खांद्यावर आणि दुसरा माझ्या लेटेस्ट बॉयफ्रेंडच्या खांद्यावर असं मला उचलून न्यावं लागणार इतकं मला प्यायचंय.

[सगळे हसतात. कुमार स्वतःच्या प्रेतयात्रेत आल्यासारखा.]

बिपिन : (कुमारजवळ जाऊन) काय रे, बोलत का नाहीस? डोकं कसं आहे आता?

कुमार : (एकटक पाहत) नाइन-एट-फोर-सेव्हन-फाइव्ह-

बिपिन : म्हणजे?

कुमार : झीरो-वन-सिक्स-

बिपिन : काय बोलतोयस?

कुमार : तुला माझी भाषा कळत नाही ना?

बिपिन : नाही बुवा!

कुमार : मला पण तुझी भाषा कळत नाही. तुझं बोलणं असंच अर्थहीन आहे. फाइव्ह-नाइन-

बिपिन : (बुचकळ्यात पडलेला) हे बघा, आपण सगळे बाहेर पडूया!
[कुणाचेच लक्ष नाही.]

बिपिन : आपण सगळे कुठेतरी बाहेर जाऊया - कमॉन-

अमर : नाइस आयडिया! लेट्स् गो!
[सगळे जायच्या तयारीत.]

हर्षद : कुमार, पट्दिशी कपडे बदलून ये जा... आम्ही खाली उतरायला लागतो.
[सगळे जिन्याच्या दिशेने. कुमार खोलीकडे जाऊ लागतो.]
प्रकाश हळूहळू कमी.

[पुन्हा प्रकाश येतो. बरीच रात्र. कुमार खोलीतून गच्चीत येतो. हातात बॅग. बॅगेतून काही पत्रे खाली पडतात. त्याला त्याचे भान नाही. कॉटवर बसतो.]

कुमार : खोटं सगळं. बकवास साली. बकवास पत्रं.
(एक उघडून वाचू लागतो.)
माझ्या जिभेसारख्या मऊ, माझ्या ओठांसारख्या लुसलुशीत कुमारला.
(त्याचे तुकडे करतो.) एकदाच, फक्त एकदाच सांग की तू माझा आहेस. माझ्या एकटीचा...
(फाडतो. त्याचे तुकडे हवेत उडवतो.)
काल रात्रीपासून मी उदास उदास आहे. तू असं का लिहितोस कुमार?
मला माफ कर राजा. (तेही फाडतो.)
नाइन... फाइव्ह... सेव्हन... फोर... गोड गोड पत्रं... वासनेने लडबडलेली पत्रं... शाईनं कागदावर चितारलेले शब्द. त्यांची अक्षरं... त्यांचे अर्थ... त्यांचे संकेत... त्याची नाजूक वाकडी वळणं... व्यर्थ आहे सगळं... ही अक्षरं... हे शब्द... फसवी असतात अक्षरं... खोटं बोलतात साली अक्षरं... षडयंत्रं रचतात शब्दांची. पोकळ सगळं. धोकेबाज. अक्षरांनी बनणारे शब्द फसवे असतात. शब्दांतून कुणीही रागवू शकत नाही कुणाला.

(एका मागून एक पत्र फाडतो आहे. हवेत उडवतो आहे. मधेच वाचतो आहे.)

तुझं एक गोड गोड पत्र मला इतकं आवडलं की मला ते पुरतं वाचताच आलं नाही. मी त्याचे कपटे केले. हवेत उडवले. त्यातले काही माझ्या डोळ्यांवर तुझ्या ओठांसारखे बसले. अल्लद... केसांत तुझ्या फुलपंखी बोटांसारखे फिरले... हळुवारपणे... माझ्या हातांवर, गळ्यावर, छातीवर तुझा गुलमोहराच्या फुलासारखा स्पर्श होऊन फिरले. मी उठले तेव्हा माझ्या अंगांगावर तुझ्या पत्राचे कपटे चिकटून राहिले होते.

[गच्चीच्या कठड्याजवळ उभा राहतो. पार्श्वसंगीतात आदिवासींच्या नावाचा ढोलाचे आवाज वाढत्या गतीने येतात. तो कठड्यावरून बाहेर झुकलेला.]

कुमार : (नाटकीपणे हिस्टेरिक होत)

दिशांनो, वृक्षलतांनो, निःशब्द का आहात? कावळे का ओरडत नाहीयेत? माझी गात्रं कुणी जखडली आहेत? माझं बोलणं कुणीच कसं ऐकत नाही? ओळखीचं सगळंच अनोळखी का वाटत आहे? माझा हात हवेत असा झुलत का राहिलाय? (खदाखदा हसतो.) ही जमिनीवरची धूळ क्षितिजाला झाकून का टाकत नाहीय? प्रत्येकजण असा आकाशातल्या ताऱ्यांसारखा आपापल्या परिघात का तडफडतोय? कुणाचा शाप आहे हा? सारं जग असं संवेदनशील का झालंय? माझ्या कानांना वेलींची, वृक्षांची कुजबूज का ऐकू येत नाहीय? माझ्या शरीरावर प्रेताची ही जराजर्जर छाया का पसरलीय? कशामुळे माझे डोळे फक्त माझीच सावली का पाहू शकतायत? का माझे पाय असे जडशीळ झालेत? माझ्या शरीरातला रक्ताचा संचार असा अचानक गोठला कसा?

[खालून बिपिनची हाक : कुमाऽऽर
जिना भराभर चढण्याचा आवाज. आणखी हाका.]

कुमार : मला माझ्याच अस्तित्वात जायबंदी करून या घोर काळ्याकुट्ट अंधारात कुणी पेरला आहे? कुणी?

बिपिन : (प्रवेशत) कुमाऽऽर कुमाऽऽर –
[समोरच्या घरात दिवा लागतो. खिडकीतून मुलीची सावली. आदिवासी ढोलाचा आवाज वाढला. बिपिन कुमारला पकडायला धावतो. ढोलाचा कानठळ्या बसवणारा आवाज. अंधार.]

[अंक दुसरा समाप्त]

अंक तिसरा

[वेळ, स्थळ पहिल्या अंकाचेच. पहिल्या अंकाच्या शेवटी 'फ्रिझ' झालेली पात्रे आता ऐकलेल्या गोष्टीने शहारलेली.]

बिपिन : या, मिस्टर हर्षदराय! आता पार्टी संपल्यावर मुकाट्याने घरी जा आणि फुलांच्या डिझाइनच्या ब्लँकेटमध्ये तुमचा गुबगुबीत देह गुंडाळून झोपा. तुमच्या भावाच्या खुनाच्या सुडाच्या गप्पा आता पुरे करा.

हर्षद : हे खोटं आहे. साफ खोटं. बिपिन, तू हे सगळं नाटक रचलंयस. कुमारनंतर आता माझा निकाल करण्यासाठी! निशा – आपण जाऊया.

बिपिन : चाललात? कॉफी घ्यायला थांबणार नाही?

हर्षद : बिपिन आता तू–

बिपिन : पळताहात का? माझी बदनामी करण्यासाठी आता काही जवळ उरलं नाही म्हणून?

हर्षद : अमर, तू हा – हा असला खेळ खेळण्यासाठी आम्हांला बोलावलं होतंस?

अमर : सुधा, कॉफी–

हर्षद : चल निशा, आपण जाऊया. (जाऊ लागतो.)
(निशा बसलेलीच.)

हर्षद : निशा!

सुधा : मी पाच मिनिटांतच कॉफी आणते.

केतन : मी तुम्हाला लिफ्ट देतो घरापर्यंत. तुम्ही गाडी आणली नाही ना?

अमर : कधीच्या फ्लाइटने जाणार हर्षद? कॅरवेल आहे?

अभिलाषा : (हिच्याकडे आता प्रथमच प्रेक्षकांचे लक्ष जाते. 'कार', 'कॉफी' 'कॅरवेल' असं एकटीच स्वतःशीच बोलतेय.)

हर्षद : (निशाचा हात पकडून, खालच्या स्वरात) गेट अप.

निशा : तुला सगळं खरं वाटलं ना? बिपिनचं बोलणं?

हर्षद : मी काय त्याला आज ओळखतोय त्याच्या बोलण्यावर विश्वास, ठेवायला?

निशा : मग माझ्यावर एवढा चिडलायस कशाला?

हर्षद : (आणखी चिडत) कोण चिडलंय तुझ्यावर?

निशा : मग हे गेट अप काय? हात ओढतोयस कशाला?

हर्षद : तुझा एवढा घोर अपमान केलाय त्याने आणि तू बसून राहिलेयस?

निशा : खरं सांग, बिपिनच्या बोलण्यावर तुझा विश्वास बसलाय थोडा तरी?

हर्षद : याची चर्चा इथंच करायला हवी का?

निशा : तुझाच जर विश्वास बसला असेल तर ह्या साऱ्यांना बिपिनचा प्रत्येक शब्द खरा का वाटणार नाही?

हर्षद : काहीतरी बोलू नकोस... उलट बिपिनने स्वतःच त्याच्यावरचा आरोप शाबीत केलाय. बिपिन निखालस खुनी आहे.
(बिपिन मोठ्यांदा हसतो.)

निशा : (बसलेल्या सर्वांना) तुम्हाला बिपिनचं ते सगळं खरं वाटलं ना? मीच कुमारला मारलं असं तुम्हाला वाटतंय?

निशा : कुणी उत्तर का नाही देत? सगळं खरं वाटलं तुम्हांला? काय सुधा?

सुधा : (एकदम केतनकडे पाहत) म्हणजे... तसं नव्हे ग...

निशा : वाईट गोष्टी नेहमी खऱ्या वाटतात नाही? लोकांच्या वाईट गोष्टी तर एकदम खऱ्या वाटतात. आपल्याहून जास्त नाही तरी आपल्याइतकंच कुणी वाईट आहे ही जाणीव किती बरी असते नाही?

सुधा : हर्षद, कॉफी आणते... आणि हिला... इथून घेऊन जा...

अमर : सुधा!

अभिलाषा : विश्वास बसला नाहीय पण बसावासा वाटतोय. सुधा चांगली, केतन चांगला, अमर? चांगला, निशा? वाईट.
(एकटीच बडबडते आहे. कुणाचे लक्ष नाही.)

केतन : चला मी तुम्हाला सोडतो. निशावहिनींना खूपच त्रास झालाय. सॉरी, वहिनी... आमच्या घरी तुम्हाला बोलवून... बिपिनने हे असं...
[या बोलण्याला विशेष अर्थ नाही हे पटकन लक्षात येऊन गप्प बसतो.]

बिपिन : तुम्हाला पार्टीचा आनंद मिळू देऊन मी आयुष्यभर हे न केलेल्या पापाचं ओझं वाहत फिरायला हवं होतं असं तुझं म्हणणं?

केतन : (गांगरतो) असंच म्हणत नाही मी पण–

अमर : केतन जाऊ दे.

अभिलाषा : (स्वतःशीच) जातो जातो म्हणताहेत सगळे आणि पार्टी संपली तरी कुणी जातच नाहीय.

केतन : मी एवढंच म्हणत होतो की निशावाहिनींवर बिपिनने एवढा गंभीर आरोप केलाय, तोसुद्धा भर पार्टीत... तर आपण तिला जपायला हवं... पार्टीत असं व्हावं याचं वाईट वाटतं... चला वहिनी–

निशा : मला जायचं नाही. तुम्हांला खरं वाटतं हा बिपिन म्हणतो ते? बिपिन एक छानपैकी खेळ खेळतोय, खेळ!

बिपिन : हां!

निशा : कुमारच्या खुनाच्या सुडाचा एक बहाणा आहे बहाणा! त्याला फक्त जायच्या आधी मला बदनाम करून जायचं होतं.

हर्षद : अगं पण तू कशाला उगीच स्पष्टीकरणं देत बसली आहेस? जाऊ दे ना! चल!

निशा : तुला नाही काहीच म्हणावंसं वाटत? खरं सांग?

अभिलाषा : (एकटीच स्वतःशी) सगळ्यांना वाटतंय की एकदाच खूप काहीतरी व्हावं... खूप...

बिपिन : (अमरला) तुम्ही मला 'सेण्डॉफ' देताना काहीतरी भेट देणार होता असाल, नाही? आज हे सगळं सांगितल्यावर मला माझी

भेट मिळाली आहे. हर्षद, आता तरी मी म्हटलं ते खरं मानणार की नाही? कुमारचा खून कुणी केला?

हर्षद : निशा, आपण जाऊया!

निशा : नाही. केतन, तुला खरं वाटतंय ना हे सारं?

केतन : तुम्हाला केवढा... धक्का...

बिपिन : धक्का तर बसणारच, कुमार तिचा प्रियकर होता ना. आठवण आल्यावर माणूस अस्वस्थ नाही होणार?

सुधा : हर्षद, तुझा रेनकोट?

हर्षद : थँक्यू, चल निशा. (केतन उठतो) नो, थँक्यू! आम्ही टॅक्सीने जाऊ.

बिपिन : रस्त्यात आपल्या प्रिय पत्नीला विचारून घ्या मिस्टर हर्षदराय की, कुमारची पत्रं असलेली रेशमी पिशवी कुठे आहे? तिच्यातून फिनाईलच्या गोळ्यांच्या वासाबरोबर अत्तराचा वास येतो तो हुंगून घ्या.

हर्षद : (निशाचा दंड पकडून तिला उठवण्याच्या धडपडीत) ऊठ सांगतोय तर –

निशा : बरं वाटलंय तुला सगळं... आता तुला तो आवडत नाहीय?

हर्षद : कुमार बच्चा होता. समजा त्याच्याकडून तसं काही झालं असलं तरीसुद्धा तुझ्याबद्दलचं माझं मत बदलायचं काहीच कारण मला दिसत नाही.

बिपिन : आणि माझ्याबद्दलचं?

हर्षद : तेही कायम आहे! एक नंबरचा बदमाश आहेस तू! नीच आहेस!

बिपिन : आपण म्हणतो ते आपल्यालाच खरं वाटत नसलं की माणसं उगाच पोकळ आवेश आणतात...

हर्षद : (तोल पुरता घालवीत) कुणी आणला आवेश? कुणी आणला?

निशा : हर्षद, प्लीज –

हर्षद : (ओरडत) प्लीज काय प्लीज? तू गप्प राहा!

निशा : बघ तू खरं मानलंयस सगळं...

हर्षद : आता पुन्हा हो म्हणशील तर थोबाडीत देईन...

निशा : दे तेवढंच राह्यलंय.

हर्षद : खरं असलं तरी आता त्याने काहीच फरक पडत नाही. बाकी तू तरी नक्कीच सगळं खरं मानत असशील.

निशा : म्हणणं तरी काय तुझं?

अमर–सुधा: हर्षद, निशा, आता पुरे!

हर्षद : (दोघांना) यू प्लीज कीप आऊट ऑफ धिस.
(निशाला) म्हणजे हेच, की तू त्याला रोज न चुकता दोनदा पत्र लिहीत असायचीस हे मला माहीत आहे. समोर असला की तो वहिनी वहिनी करत तुझ्या अंगाशी कसा असायचा हे मी पाहिलंय. त्याच्या पत्रांची ती पिशवी बिछान्याखाली तू ठेवलीयस हे मला माहीत आहे. बिपिनने नवीन काहीच सांगितलं नाही. फक्त एक गोष्ट त्याने सांगणं टाळलंय. कुमारला शेवटी आपण गच्चीतून खाली ढकललं एवढं त्याने सांगितलेलं नाही. कुमार प्रेमापायी वेडा होऊन आत्महत्या करून गेला असं धादान्त खोटं तो बोलला. आपण यानंतर इथून निघणार आहोत. उगाच तमाशा झाला. चल.

निशा : म्हणजे तू – पहिल्यापासून तुला वाटत होतं की कुमार...?

हर्षद : आता चलणार आहेस का?

सुधा : निशाच्या वयाचा तरी विचार? कुमार तिच्याहून केवढा लहान होता. तिनेच त्याला लहानाचा मोठा केला.

हर्षद : आयुष्यात दुसरी बाई पाहिली नव्हती त्याने. हिने भाबडेपणाने त्याला घेतला असेल मायेने कुशीत कधीतरी... तो उधळला. गुंतला हिच्यात. पत्रं लिहायला लागला हिला. खुलवून आणि रंगवून सांगण्यासारखं आहे काय यांत? (बिपिनला नजरेने जाळीत) घाणेरडे खेळ खेळून आमच्यात वितुष्ट आणायचा डाव आहे याचा. शिवाय स्वतःचा गुन्हा निशावर ढकलला की हा झाला नामानिराळा कॅनडाला जायला.

बिपिन : म्हणजे तुला असं म्हणायचंय की कुणी जीव द्यावा इतकी तुझी बायको आकर्षक नाही?

हर्षद : मला एवढंच म्हणायचंय की माझा भाऊ असल्या गोष्टीसाठी जीव देण्याइतका मूर्ख नव्हता. कुमार आणि निशाच्या संबंधाचा कुमारच्या मृत्यूशी काहीही संबंध नाही. त्याचा खून तू केलास, तू!

बिपिन : अशी शपथेवर ग्वाही देतोस का?

हर्षद : तू मला शपथ घ्यायला सांगणार. तू बेशरम!

बिपिन : भ्याड! शब्दांच्या मागे लपून पायात शेपूट घालून वळणारा. बायकोवर केवढा नितांत विश्वास तुझा!

हर्षद : तुझ्या आचरट आरोपानंतर निशाला लाथ मारून घराबाहेर काढीन मी असं तुला वाटलं? ओळखलं नाहीस तू मला अजून.

बिपिन : बायकोच्या मुठीतला उंदीर आहेस उंदीर!

अमर : मला वाटतं आपण हा विषय आता थांबवूया. हे तुमचं खाजगी वैर... आज माझ्या घरी पार्टी करण्याचा हेतू हा नव्हता...

बिपिन : (हर्षदला) तुझ्या बायकोला कुमारवर मालकी हक्क गाजवायचा होता. त्याला स्वतःचा गुलाम करायचा होता. त्याच्या दुःखावर, आनंदावर, त्याच्या प्रत्येक भावनेवर तिला राज्य करायचं होतं. तिच्या एकटीच्या सुखासाठी कुमारला कायमचा राबवायचा होता तिला. तुझ्या बायकोने तुझ्या निष्पाप भावाला कायमचा ग्रासून टाकला होता हर्षद! तिच्या नुसत्या डोळ्याच्या इशाऱ्याने कुमार अस्वस्थ होईल असा धाक बसवायचा होता तिला त्याच्यावर. ही सुंदर साडी नेसून तुझ्या बाजूला उभी असलेली बाई आहे ना, तू तिची कितीही तोंड फाटेपर्यंत स्तुती कर – ती खुनी आहे खुनी, मी नाही.

[हर्षद त्याच्या अंगावर धावून जातो. त्याला पकडतो.]

अमर : ए, अरे हर्षद - ऐक जरा!

केतन : दादा, व्हॉट आर यू डुइंग?

सुधा : ओ गॉड, हे काय चाललंय...

निशा : सोड त्याला हर्षद!

[हर्षद बिपिनला सोडतो.]

हर्षद : माझ्यासमोर माझ्या बायकोबद्दल गलिच्छ बोलतोस साल्या? तुझे तुकडे तुकडे करून गटारात फेकून देईन.

निशा : हर्षद... आत्ता म्हणालास की बिपिन सांगतो ते खरं असलं तरी तुझ्या दृष्टीने काहीच फरक पडत नाही म्हणून...

हर्षद : म्हणालो का?

निशा : बिपिन म्हणतो ते खरं आहे. कुमारचं माझ्यावर प्रेम होतं. आमचे दोघांचं एकमेकांवर खूप प्रेम होतं.

हर्षद : (स्वतःला आवरत) अच्छा?

निशा : माझ्यावरच्या प्रेमापायीच कुमारची वाताहात झाली. तो वेडा झाला होता माझ्यासाठी. पण आमचं प्रेम साधं नव्हतं हर्षद!

हर्षद : (अजून हादरतो आहे.) तुमचं प्रेम अद्वितीय होतं.

निशा : निदान कुमारचं होतं. मी ही अशी तिशी ओलांडलेली! तरी त्याच्या डोळ्यांना सुंदर वाटले होते. तो म्हणे साऱ्या जगात तुझ्याएवढं सुंदर दुसरं काही नाही आणि तो म्हणे तेव्हा ते फार बरं वाटे. (हर्षदला) तुला मी कधीच सुंदर नाही वाटले. महत्त्वाची नाही भासले. कारण तुला मी सहजासहजी मालकी हक्काने मिळाले होते ना जन्मभरासाठी. मला मिळवण्यासाठी तुला रात्री नाही जागवाव्या लागल्या, पत्रं नाही लिहावी लागली. कुमारला फार तगमगावं लागलं. जळावं लागलं. मी मिळणं हा त्याच्या आयुष्यातला भाग्याचा क्षण होता. मी त्याला त्याचं सर्वस्व वाटले होते.

बिपिन : फार आठवण येत असेल नाही?

निशा : हो येते. खूप येते. सारखी येते. क्षणाक्षणाला येते. त्याचे शब्द, त्याची पत्रं, त्याचे डोळे, त्याचा स्पर्श...

सुधा : (नकळत) शी! शी!...

निशा : माझा हेवा वाटतो सुधा? खरं ते सांग!

सुधा : डोकं सुन्न व्हायला लागलंय माझं.
(आत निघून जाते.)

निशा : मरणाची आठवण येते आहे माझ्या कुमारची. त्याच्या नुसत्या उल्लेखाने अजूनही अंगावर रोमांच उठतात. कानशिलं गरम होतात. वाटतं, त्याच्यावर लटकं रुसावं. मग वाटतं, फुटून फुटून रडावं. होय, आमचं प्रेम होतं एकमेकांवर. तो माझा प्रियकर होता आणि मी त्याची प्रेयसी होते. एकुलती एक प्रेयसी. पहिली प्रेयसी. मला त्याचा गर्व आहे. लाज नाही. अजिबात नाही. समजलात? काय म्हणणं आहे तुमचं यावर? माझ्या आयुष्यातले ते सोन्याचे दिवस होते. रात्र रात्र डोळे टक्क उघडे ठेवून त्याचा विचार करत मी पडायची. कुमार काय बरं

करत असेल? त्याला माझं कुठलं पत्र मिळालं असेल? तो कुठं बसून वाचत असेल? वाचून तो त्या पत्राचं कसं चुंबन घेईल? की लगेच मला पत्र लिहायला बसेल? कुमार... माझा कुमार... माझ्या श्वासावर जगणारा कुमार... माझ्या भिवईच्या इशाऱ्यावर हसणारा, नाचणारा कुमार...

बिपिन : निलाजरेपणालाही काही मर्यादा असते!

निशा : लाज? कसली लाज? तुम्ही बनवलेल्या कायद्याची लाज? तुम्ही नाही चोऱ्या करत? टॅक्स चुकवण्यासाठी तुम्ही नाही खोट्या हिशोबाच्या वह्या बनवत? बॅगेच्या कव्हरमध्ये डॉलर नाही लपवत? दिवसातून हजारदा खोटं नाही बोलत? व्यभिचार काय फक्त शरीराचा असतो?

अमर : समजलं! पुरे!

निशा : तुम्ही पाप करता तेव्हा कुठे असते ही लाज? तेव्हा कुठे असतात कायदे? दोन जीव एकमेकांना आवडले आणि त्यांनी एकमेकांना आपलं मानलं तर कोणता गुन्हा घडला? आणि घडला असला तर त्याची शिक्षाही त्यांनी घेतली आहे. आता लाज कसली? कुमार माझा होता. फक्त माझा त्याच्यावर हक्क होता. मी त्याची स्वामिनी होते. त्याच्या प्रत्येक भावनेवर, संवेदनेवर माझं राज्य होतं. कुणाशी असे मनाचे धागे जुळले की काय होतं माहीत आहे? दोन जीव एकमेकांपासून शेकडो कोस दूर असूनही एकच विचार करतात. एकाच गोष्टीसाठी झुरतात, रडतात आणि हसतात.

बिपिन : दिव्य प्रेम!

निशा : हो दिव्य प्रेम! कुमार त्या दिव्य प्रेमासाठी मेला. त्याला काय अमरसारखं कमिशनचे आकडे फुगवत, हर्षदसारखं एक पत्नीव्रत घेऊन तिला पोरं देण्याचं पवित्र कर्तव्य करत नि बिपिनसारखं कॅनडाला पळून जायचे प्लॅन्स आखत जगता आलं नसतं? तापलेल्या तव्यावर झोपल्यासारखं बिछान्यात पडून रात्र रात्र तडफडत राहावं... या कुशीवरून त्या कुशीवर वळत सकाळ व्हायची वाट पाहत. का? तर सकाळी कुणाचं तरी पत्र येईल, पत्रातून ते कुणीतरी प्रेमाचे, मायेचे दोन शब्द आपल्याशी बोलेल म्हणून. हो माझं आणि कुमारचं

एक वेगळंच नातं होतं. मी त्याची प्रेयसी होते. बायको होते, आई होते, बहीण होते, वहिनी होते, मैत्रीण होते, शत्रू होते, मी त्याची करिअरसुद्धा होते. त्याच्या प्रत्येक पराक्रमाची आणि पराभवाची मीच साक्षी होते. एखाद्या झऱ्यासारखा माझा कुमार निर्मळ होता. पाप, खोटेपणा याचा स्पर्श त्याला कधी झाला नाही. त्यानं मला सर्वस्व मानलं. यात लाज बाळगण्यासारखं काय आहे? पुरुषांनी आदर्श स्त्रीसाठी घालून दिलेले नियम न पाळण्याची लाज? तुमच्याजवळ आयुष्यभर जमवलेल्या कागदाच्या तुकड्यांची घमेंड आहे. कुणाच्या बायकोचा हात धरल्याच्या बढाया तुम्ही मारता; कुण्या गरजू पोरीला वापरल्याचा स्पर्श एकमेकांबद्दलचा द्वेष याच्याशिवाय आहे काय दुसरं त्यांच्या खोट्या नि ढोंगी आयुष्यात? पैसे फेकून बाई विकत घेणारे तुम्ही. तुम्हांला काय कळणार प्रेम?

अभिलाषा : (एक एक सेकंदाला टाळ्यांचा ठेका धरत) कॉफी, कार आणि कॅरवेलशिवाय! (स्वत:शीच बोलत राहते.)

निशा : जा, आता गावभर सांगत सुटा. दवंड्या पिटा खुशाल की– तुमच्यातली एक बाई गांधारी आहे आणि तुम्ही देवपुत्र आहात म्हणून! (सुधा बाहेर येते.)

निशा : सांगा तुमच्या सगळ्या ओळखीच्या लोकांना तिखट–मीठ लावून की ''त्या दिवशी आमच्या घरी केवढा मोठ्ठा सीन झाला!'' लिहून देऊ मी कुमारचा जीव घेतला म्हणून? कुमार गेला आहे. पण कुमारने पुन्हा जन्म घेतला तर पुन्हा मी त्याच्यावर सर्वस्व उधळून देईन आणि कुमारसुद्धा पुन्हा जन्म घेऊन माझ्यासाठी नव्याने प्राण टाकेल. मी अशी आहे. कुमारची चिरंतन काळाची प्रेयसी आहे. तुम्ही मोठे उच्च कुळातले आहात ना, मग टाका मला वाळीत. मी तोंडातून अक्षर नाही काढणार. पण मी केलं ते नैतिक की अनैतिक याचा निवाडा करणारे तुम्ही कोण? (बिपिन टाळ्या वाजवतो.)

हर्षद : मला काही समजत नाहीय. अक्कल चालेनाशी झालीय. कळत नाहीय की – की हे सगळं... माझ्या आयुष्यातच का... माझा भाऊ मूर्ख... की माझी बायको बदचालीची...

निशा : कोण बदचालीची? प्रेम सोडाच, पण कुठलाही भावनेचा ओलावा नसता एका अनोळखी बाईला बायको हे नाव देऊन, वर्ष वर्ष ओलीस ठेवून वापरणं हा व्यभिचार नाही? आणि ज्याला खुशीने सर्वस्व दिलं त्याला आपल्या रक्तात भिनवण्यासाठी आसुसणं हा मात्र व्यभिचार? कुणी केला व्यभिचार? होते आमचे शरीरसंबंध, कुमार माझा देव होता. त्याची मी सर्वस्वाने पूजा करत होते. मला माझा धर्म पाळायचा हक्क नाही?

अमर : (खिडकीतून पाहत) काही ऐकलं तुम्ही?
[सगळ्यांच्या चेहऱ्यावर विचित्र टेन्शन. आदिवासींच्या ढोलांचे दुसऱ्या अंकाच्या शेवटी आले तसले आवाज. कुणी कॉलबेल वाजवते.]

अमर : (अचानक घाबरून उठत) कोण आहे दारावर? कोण असेल इतक्या उशिरा?

कुमार : (दारात दिसतो.) व्हेरी सॉरी. आय ॲपॉलॉजीज. खूपच उशीर झाला. अमरभाई, कसे आहात?
(कुमार पांढऱ्या कपड्यात आहे.) हाय बिपिन! केतन! हॅलो भाभी. हर्षदभाई, सुधादीदी कसे आहात? (बसायला जातो.)

अमर : कोण तुम्ही? (कुमारला कुणीच ओळखलेला नाही.)

केतन : मिस्टर, तुमची ओळख...

कुमार : ओळखलं नाही? हर्षदभाई?

हर्षद : (प्रयत्नपूर्वक) नाही!

कुमार : मी तुमचा भाऊ कुमार. (हसू पाहतो.)

हर्षद : कुमार तर केव्हाच...

कुमार : हर्षदभाई, निशावहिनी तुम्ही तर कठीणच करताय. हे काय आहे काय सगळं? वहिनी मी तो तुमचा लाडका...

निशा : नाही, नाही... माझा कुमार असा नव्हता... त्याचा आवाज असा नव्हता...

अभिलाषा : थांबा कुमार, जाऊ नका. मी तुम्हाला ओळखते.

कुमार : कोण आपण?

अभिलाषा : मी अभिलाषा. अभिलाषा कटारिया. अमर व्यासची सेक्रेटरी.

कुमार : अच्छा... पण मी तुम्हाला आधी कधीच भेटलो नाहीय... मला कसं ओळखलंत तुम्ही?

बिपिन : आम्ही सगळे म्हणतोय हा कुमार नाही... आणि तुम्ही म्हणताय की हा कुमार आहे म्हणून?

अभिलाषा : हे जिवंत होते तेव्हा मी त्यांना कधीच पाहिलं नव्हतं. पण आता मी यांना ओळखलंय हे कुमारच आहेत.

कुमार : हा काय प्रकार आहे कळत नाही. ज्यांना मी ओळखतोय ते मला ओळखत नाहीत आणि मी अजिबात ओळखत नाही त्या मला ओळखताहेत.

अभिलाषा : हे लोक तुम्हाला नाही ओळखू शकणार कुमार. तुमच्या मृत्यूला कोण जबाबदार आहे याचीच चर्चा आम्ही आता करत होतो.

कुमार : पण मी मेलोच आहे कुठे?

अभिलाषा : हर्षदभाईची अशी खात्री आहे की बिपिनने केवळ असूयेपोटी तुम्हाला गच्चीतून ढकलून दिलं आणि बिपिनचं असं म्हणणं आहे की या निशावहिनींनी तुम्हाला खेळवलं, नाचवलं आणि हा छळ असह्य झाल्यामुळे तुम्ही गच्चीतून उडी मारून आत्महत्या केलीत.

कुमार : पण तुम्ही मला... मला ओळखलंतच कसं...

अभिलाषा : ओळखलं तर नाहीच मी तुम्हाला, पण या सगळ्यांनी ओळख दाखवायचं नाकारलं तेव्हा ओळख पटली मला तुमची. आम्ही सगळे मेलेल्या कुमारसाठी हळहळतो आहोत. आम्हाला कुमार मेलेलाच हवा.

कुमार : पण मी जिवंत असलो तर काय बिघडलं?

अभिलाषा : तुम्हाला कळत कसं नाही? तुम्ही जिवंत झालात तर मग आम्ही पार्टीत गप्पा कसल्या मारणार? आमच्या रोजच्या सरळ साध्या कंटाळवाण्या आयुष्यात रहस्य, रोमान्स, मिस्ट्री कशी येणार? आमचा टाइमपास कसा होणार? यू नो, आम्हाला मेलेला कुमारच हवा. जिवंत नको. तुम्ही मेला नाहीत तर मग निशासाठी वेडं होऊन कोण मेलं? हर्षद सूड कसला घेणार? बिपिन घमेंड कशाची मारणार? म्हणून प्लीज आता तुम्ही जा...

(हाताच्या बोटाचे पिस्तूल करून त्याच्यावर रोखते.)
जा... पुन्हा एकदा रहस्यलोकात जा.
(पिस्तूल मारल्याचा आवाज.)
मी तुमचा खून करते आहे.
[कुमार अदृश्य होतो. डिनर पार्टीचे यजमान आणि पाहुणे एकमेकांशी बोलण्यात रंगतात. म्युझिक मंदपणे चालू होते. ते पूर्ण पाच मिनिटे चालू राहील. हळूहळू पडदा पडतो.]

।। समाप्त ।।

* 9 7 8 8 1 7 1 8 5 2 6 5 9 *

FCW - #0259 - 061026 - C0 - 216/140/4 - PB - 9788171852659 - Matt Lamination